കിനാവുകളുടെ മറുപുറം

നുഹ്മാൻ മാരായമംഗലം

Copyright © Nuhman Marayamangalam
All Rights Reserved.

This book has been published with all efforts taken to make the material error-free after the consent of the author. However, the author and the publisher do not assume and hereby disclaim any liability to any party for any loss, damage, or disruption caused by errors or omissions, whether such errors or omissions result from negligence, accident, or any other cause.

While every effort has been made to avoid any mistake or omission, this publication is being sold on the condition and understanding that neither the author nor the publishers or printers would be liable in any manner to any person by reason of any mistake or omission in this publication or for any action taken or omitted to be taken or advice rendered or accepted on the basis of this work. For any defect in printing or binding the publishers will be liable only to replace the defective copy by another copy of this work then available.

"എന്നെ എഴുത്തിലേക്ക് നയിച്ച പ്രിയ
സുഹൃത്തക്കളിലേക്ക്"

ഉള്ളടക്കം

ആമുഖം vii

കടപ്പാട് ix

അവതാരിക xi

"ആലം ദയാലുവായ് ദാക്ഷിണ്യശാലിയായ്

വാഴുന്നൊരീശ്വരൻ തിരുനാമത്തിൽ"

1. അദ്ധ്യായം 1 3
2. അദ്ധ്യായം 2 8
3. അദ്ധ്യായം 3 12
4. അദ്ധ്യായം 4 16
5. അദ്ധ്യായം 5 21
6. അദ്ധ്യായം 6 26
7. അദ്ധ്യായം 7 31
8. അദ്ധ്യായം 8 35
9. അദ്ധ്യായം 9 40

"അഖിലേശ്വരനല്ലയോ സകല സ്തുതിയും" 45

• v •

ആമുഖം

"തുടക്കം മുതൽ അവസാനം വരെ ഒരേ ഇരിപ്പിൽ ഹൃദയമിടിപ്പിനെ നിയന്ത്രിക്കാൻ കഴിയാതെ വായിച്ചു തീർക്കാവുന്ന മാസ്റ്റർ പീസ് കഥയാണ് ഈ കഥ. ഒരു അനാഥ ബാലന്റെ ജീവിതത്തിൽ ലഭിക്കുന്ന സൗഭാഗ്യങ്ങളും വേദനകളുമാണിതിന്റെ പ്രമേയം. ഹൃദയ കുളിർമ തരും വിധം എഴുതൽ ഈ കാലത്ത് ഒരു യുവഎഴുത്തുകാരനിൽ നിന്ന് വരിക എന്നത് അവിശ്വാസനീയം ആണെന്ന എന്റെ ധാരണയെ മാറ്റിയ ഒരു കഥയാണിത്. അവസാനഭാഗത്താണ് കഥയുടെ വഴിത്തിരിവ്. ആരും ജീവിതത്തിൽ മറക്കാത്ത ഒന്ന്.ഒരിക്കലും ഒരു മടുപ്പില്ലതെ തന്നെ വായിച്ചു തീർക്കാം."

ടി.പി.എം ബിഷ്‌ർ

കടപ്പാട്

അധ്യാപകരോട്..........

അവതാരിക

മെല്ലെ മെല്ലെ അന്ധകാരം മാഞ്ഞ് സൂര്യപ്രകാശം തെളിഞ്ഞു, അറ്റമില്ലാതെ വിശാലമായി കിടക്കുന്ന മൈതാനം ദൃശ്യമായി,

മൈതാനത്തിന് ചുറ്റും നിരന്നു നിൽക്കുന്ന ജനക്കൂട്ടം ആശ്ചര്യത്തോടെ, എന്നാൽ ആകാംക്ഷ നിറഞ്ഞ കണ്ണുകൾ മൈതാനത്തിനു നടുവിൽ നാട്ടിയ തൂക്കുമരത്തിൽ.......
കൈകൾ പിറകിൽ കെട്ടി ചുറ്റും കാവൽക്കാരുടെ സുരക്ഷയിൽ തൂക്കുമരച്ചുവട്ടിലേക്ക് ഞാൻ ആനയിക്കപ്പെട്ടു. കോലാഹലങ്ങൾക്കിടയിൽ എൻറെ ആഗമനം ജനസഞ്ചയനത്തെ മൂകരാക്കി.

അവസാനമായി എനിക്കൽപ്പം ആദരവ്കിട്ടി. എൻറെ തല മൂടപ്പെട്ടു, കഴുത്തിൽ കയറണിയിച്ചു, പ്രാണൻറെ അന്ത്യനിമിഷങ്ങൾ എണ്ണിതുടങ്ങി, വിദൂരതയിൽ വെടിയൊച്ച ഉയർന്നുകേട്ടു. പ്രഭാത സൂര്യൻ എൻറെയന്ത്യത്തിന് സാക്ഷി ആവുകയായിരുന്നു, ചന്ദ്രനസ്തമിക്കാൻ മടിച്ച് അവിടവിടെയായി തങ്ങിനിന്നു, കാൽപ്പാദങ്ങൾക്കടിയിൽ ഫലകം നിരങ്ങി നീങ്ങി, കുരുക്ക് മുറുകി,

പ്രാണവേദന ഇല്ലാതാക്കിക്കൊണ്ട് ഒരു കള്ളച്ചിരി ചുറ്റും മുഴങ്ങി..........

"ആലം ദയാലുവായ്
ദാക്ഷിണ്യശാലിയായ്
വാഴുന്നൊരീശ്വരൻ
തിരുനാമത്തിൽ"

1
അദ്ധ്യായം 1

സമയം ആറു കഴിഞ്ഞിരുന്നു വീട്ടിലെത്തിയപ്പോൾ, പൈപ്പിൻചുവട്ടിലെ തൊട്ടിയിൽ നിറച്ചുവെച്ച വെള്ളത്തിൽ നിന്നും അല്പം കോരിയെടുത്ത് കൈകളും മുഖവും കഴുകി. ക്വാറിയിലെ പാറകൾക്കിടയിൽ വെയിലുകൊണ്ട് കരിവാളിച്ച മുഖത്തിൽ നിന്നും ഇറ്റിവീഴുന്ന വെള്ളത്തിന് കരിമരുന്നിൻറെ രൂക്ഷഗന്ധം. കാലു കഴുകി എന്ന് വരുത്തി കയ്യിലുള്ള സഞ്ചി ഉമ്മറപ്പടിയിൽ ഇട്ട് അകത്തേക്ക് കയറി അമ്മയെ വിളിച്ചു. സന്ധ്യ പ്രാർത്ഥനക്കുള്ള വിളക്ക് കത്തിക്കുന്ന തിരക്കിൽ അമ്മ വിളികേട്ടു, മനു..... നീ ഇങ്ങെത്തിയോ..... വേഗം കുളിച്ചു വാ അമ്മ കഴിക്കാൻ എന്തെങ്കിലും എടുക്കാം. ഞാനൊന്നമർത്തിമൂളുക മാത്രം ചെയ്തു, കുളിക്കാനൊന്നും തോന്നിയില്ല, പൂമുഖത്തിൽ കിടന്നിരുന്ന ചാരുകസേരയിൽ, കൂടണയാൻ കൂട്ടംകൂട്ടമായി പറക്കുന്ന പറവകളെയും അന്തിമയങ്ങാൻ കാത്തിരിക്കുന്ന പടുവൃക്ഷങ്ങളെയും നോക്കി കിടന്നു. ദൂരെ നിന്നേവിടുന്നോ ഒരു ഇളംകാറ്റ് മൂളിപ്പാട്ടും പാടി കടന്നുപോയി, അതിലൂടെ ഞാനും മുമ്പെന്നോ മറന്നു തുടങ്ങിയ പഴയ ഓർമ്മകളിലേക്ക് പറന്നു.

തോരൻ കൂട്ടാക്കാതെ കോരിച്ചൊരിയുന്ന മഴയുള്ള തണുത്ത രാത്രി രാത്രി, ഒരു നാടിനെ മുഴുവൻ ഭീതിയിലാഴ്ത്തി

കുത്തിയൊലിക്കുന്ന വെള്ളം, തെങ്ങിനെ പോലും പിഴുതെറിയാൻ പോന്ന കൊടുങ്കാറ്റും, കോച്ചിവലിക്കുക തണുപ്പിൽ ആരുടെയൊക്കെയോ നിലവിളി കേട്ടാണ് ഞെട്ടിയുണർന്നത്, കണ്ണുതുറന്ന് ആദ്യം കണ്ടത് ഇരുണ്ട ആകാശം. കല്ലേറുപോലെ വേദനിപ്പിക്കുന്ന മഴത്തുള്ളികൾ, ബീഭത്സകമായ കാറ്റിൽ മേൽക്കൂരയെല്ലാം തകർന്നിരിക്കുന്നു. അകത്തേക്ക് വെള്ളം കയറി തുടങ്ങിയിട്ടുണ്ട്. ഇരുവശത്തും ചിതറിക്കിടക്കുന്ന ഓടിൻ്റെ അവശിഷ്ടങ്ങൾ. അച്ഛനുമമ്മയും ഒന്നും മുറിക്കകത്ത് ഇല്ല. ഉറക്കെ വിളിച്ചു നോക്കി, ഏൻ്റെ ശബ്ദം എനിക്ക് തന്നെ കേൾക്കാൻ പ്രയാസമായി തോന്നി. കനത്ത മഴയുടെയും കാറ്റിൻ്റെയും കോലാഹലം മാത്രം. പെട്ടെന്ന് എവിടെയൊക്കെയോ എന്തൊക്കെയോ ഇടിഞ്ഞു വീഴുന്ന ശബ്ദം കേട്ടു. ഞാൻ എണീറ്റിരുന്നു. മുന്നോട്ടു നടക്കാൻ ഭാവിച്ച എന്നെ തടഞ്ഞു കൊണ്ട് മേൽക്കൂര മുഴുവൻ എൻ്റെ കാൽച്ചുവട്ടിൽ നിലംപതിച്ചു. എന്തുചെയ്യണമെന്നറിയാതെ ഒമ്പത് വയസ്സ് മാത്രം പ്രായമുള്ള ഞാൻ നിലവിളിച്ചു. ഇടക്കെപ്പോഴോ കാറ്റുംമഴയും ഒന്നടങ്ങിയപ്പോൾ എവിടെനിന്നോ മനൂ..... മനൂ...... എന്ന കരച്ചിലുമായി ഇടകലർന്ന വിളികേട്ടു.അതെൻ്റെ അമ്മയാണെന്ന് മനസ്സിലാക്കാൻ ഒരുപാട് സമയം എടുത്തു. മഴ വീണ്ടും കനത്തു മഴവെള്ളം ശക്തി പ്രാപിച്ചു. എല്ലാം തള്ളി മറിച്ചു കുത്തിയൊലിച്ചു. അറിയാതെ എൻ്റെ ബോധം നഷ്ടപ്പെട്ടു.....

വലിയൊരു ദുരന്തത്തിൽ സാക്ഷിയാവാൻ വേണ്ടി അന്ന് സൂര്യൻ നേരത്തെ ഉദിച്ചു. ആരുടെയൊക്കെയോ കരച്ചിലിനും നിലവിളിക്കുമിടയിൽ, സൂര്യൻ്റെ ചൂടേറ്റ് എനിക്ക് ബോധം വീണു. കത്തിജ്വലിച്ചു നിൽക്കുന്ന സൂര്യപ്രകാശത്തിൽ നിന്നും മുഖംതിരിച്ചു. കുറച്ചു സമയം അങ്ങനെ കിടന്നു. തലയുടെ ഭാഗത്ത് അവിടെവിടെയായി ചോരപ്പാടുകൾ.

പതിയെ എഴുന്നേറ്റു. ഞങ്ങളുടെ വീടെല്ലാം അപ്രത്യക്ഷമായിരിക്കുന്നു, ഞാൻ കിടന്ന മുറിയുടെ ഒരു ഭിത്തി മാത്രം ബാക്കി, അതിൻറെ സംരക്ഷണത്തിലാണ് എൻറെ ജീവൻ ബാക്കി ആയതെന്നെനിക്ക് മനസ്സിലായി. ചുറ്റും നോക്കി എല്ലായിടത്തും ആൾക്കൂട്ടം, ചിലർ എന്നെ കണ്ടു ഒച്ചവെക്കുന്നുണ്ടായിരുന്നു. രണ്ടുപേർ എൻറെ അടുത്തേക്ക് ഓടി വന്നു എന്നെ എടുത്തു പൊക്കി. വീടിൻറെ തറയിൽ നിന്നും താഴേക്ക് ചാടി എന്നെതോളോട് ചേർത്ത് പിടിച്ചു കാലുകൾ ആണ്ടു പോകുന്ന മണ്ണിലൂടെ വലിഞ്ഞുനടന്നു ആൾക്കൂട്ടത്തിൽ എത്തി. ആരുടെയൊക്കെയോ നിലവിളികൾ കടയിൽ അയാൾ പറയുന്നത് കേട്ടു, കുട്ടിയുടെ തലമുറിഞ്ഞ് രക്തം ഒരുപാട് പോയിട്ടുണ്ട് പെട്ടെന്ന് ആശുപത്രിയിൽ എത്തിക്കൂ... എനിക്ക് വീണ്ടും ബോധം നഷ്ടപ്പെട്ടു.

ആശുപത്രിയിലെത്തി പിറ്റേ ദിവസമാണ് ഞാൻ കണ്ണ് തുറന്നത്. എന്നെപ്പോലെ ചെറിയവരും വലിയവരുമായി ഒരുപാട് പേരെ ഞാൻ കിടന്ന് വാർഡിൽ കണ്ടു. ഞാൻ എഴുന്നേറ്റതറിഞ്ഞ നഴ്സുമാർ എന്നെ പിടിച്ചിരുത്തി ഭക്ഷണം തന്നു. ഒന്നു മെച്ചപ്പെട്ടപ്പോൾ അവർ കാര്യങ്ങൾ ചോദിച്ചു മനസ്സിലാക്കി. വൈകുന്നേരം പലരും എന്നെ വന്നു കണ്ടു. അവരൊക്കെ അവരുടെ വേണ്ടപ്പെട്ടവരെ അന്വേഷിക്കുകയാണ്, വെള്ളപ്പൊക്കത്തിൽ തങ്ങൾക്ക് നഷ്ടമായരെ തിരയുന്നവർ, എൻറെ അമ്മയെയും അച്ഛനെയും അവരിൽ ഞാൻ കണ്ടില്ല. എന്നെ കിടത്തിയ കട്ടിലിനടുത്തുള്ള ജാലകത്തിലൂടെ ഞാൻ പുറത്തേക്ക് നോക്കി അവരുടെ വരവും കാത്തു കിടന്നു. പിന്നെയും ആരൊക്കെയോ വന്നു. രാത്രി എട്ടു മണി ആയി കാണും ഒരു നഴ്സ് അടുത്തുവന്നു എൻറെ മുഖത്തേക്ക് നിസ്സഹായമായി നോക്കി. എൻറെ തലയിൽ തടവി എന്നെ നെഞ്ചോട് ചേർത്ത്

പതിയെ പറഞ്ഞു "മോനേ തിരക്കി ഇത് വരെ ആരും വന്നില്ല, വന്നവരിൽ ആരൊക്കെയോ പറയുന്നത് കേട്ടു മോൻറെ അച്ഛനുമമ്മയും മരിച്ചുപോയി" എന്തു ചെയ്യണമെന്ന് പോലുമറിയാതെ, കയ്യിൻറെ മൃദുലത മാറാത്ത പ്രായം. ഒച്ചവെക്കാതെ തേങ്ങിക്കരഞ്ഞു. ഞാനൊന്നും മിണ്ടിയില്ല, അവരെഴുന്നേറ്റ് എൻറെകണ്ണീർ തുടക്കാൻ ശ്രമിച്ചു ഞാൻ അവരുടെ കൈതട്ടി മുഖം പൊത്തി കരഞ്ഞു. ആളുകൾ ചുറ്റും കൂടി നിന്നു, പക്ഷേ അവരെയൊന്നും ഞാൻ കണ്ടതേയില്ല. അറ്റമില്ലാത്ത കടലിന് നടുവിലാണോ ഞാനെന്നെനിക്ക് തോന്നിപ്പോയി. അറിയാതെയെപ്പോഴോ തളർന്നു ഉറങ്ങിപ്പോയി.

രാവിലെ ആരോ എന്നെ തട്ടിവിളിച്ചു. കണ്ണുതുറന്നു നോക്കിയപ്പോൾ കാലിൻറെ അടുക്കൽ അമ്മയും അച്ഛനും നിൽക്കുന്നു. നഷ്ടമായ കനി തിരിച്ചുകിട്ടിയ സന്തോഷത്തിൽ ഞാൻ ചാടി എഴുന്നേറ്റു, പക്ഷേ അതൊരു സ്വപ്നമാണെന്ന് ഞാനറിഞ്ഞു. വീണ്ടും കരച്ചിലായി, നഴ്സുമാർ എന്നെ സമാധാനിപ്പിച്ചു. അന്നുച്ചക്ക് ആരൊക്കെയോ അവിടെ വന്നു, എൻറെ പേരുംവിവരങ്ങളും അന്വേഷിച്ചു, അവരോട് ആശുപത്രിയിലെ ഡോക്ടർമാർ പറയുന്നത് ഞാൻ കേട്ടു "അടുത്ത ബന്ധുക്കൾ ആരുമില്ല, അവരുടെ കുടുംബം മൂന്ന് വർഷങ്ങൾക്ക് മുമ്പ് എവിടുന്നോ കുടിയേറി വന്നതാണ്" അവരെല്ലാം തിരിച്ചു പോയി. പിറ്റേന്ന് ഉച്ചക്ക് ഞാൻ ആശുപത്രിയിൽ നിന്നും കിട്ടിയ കഞ്ഞിയും കുടിച്ച്,ശബ്ദമുണ്ടാക്കി കറങ്ങുന്ന ഫാനും നോക്കി കിടക്കുകയായിരുന്നു, ആ നിമിഷം മൂന്നാലുപേർ വാർഡിലേക്ക് കയറി എൻറെരികിലെത്തി. അത് ഇന്നലെ എന്നെ കാണാൻ വന്നവരായിരുന്നു. അവർ എനിക്ക് പുതിയ വസ്ത്രങ്ങളും ചെരുപ്പും ഒരു ബാഗും തന്നിട്ട് വസ്ത്രങ്ങളുടുക്കാൻ പറഞ്ഞു. എല്ലാം അക്ഷരംപ്രതി

അനുസരിച്ച് അവരുടെ മുൻപിൽ ഒരു കാഴ്ചയായി ഞാൻ നിന്നു. ആശുപത്രിയിലെ എന്തൊക്കെയോ കടലാസുകളിൽ അവരെന്നെകൊണ്ട് പെരുവിരൽ പതിപ്പിച്ചു. അവിടുന്ന് ആ സംഘം അവർ വന്ന ജീപ്പിൻറെ അടുത്തേക്കെന്നെ കൂട്ടികൊണ്ട്പോയി. എന്നെപ്പോലെ മറ്റു രണ്ടു പെൺകുട്ടികളും എൻറെ കൂടെ ആ വണ്ടിയിൽ കയറി. അവർ അപ്പോഴും കരഞ്ഞുകൊണ്ടിരുന്നു. ഒരു പാവയെപ്പോലെ അവരുടെ അടുക്കൽ അനങ്ങാതെ ഇരിക്കുകയല്ലാതെ ഞാൻ ഒന്നും മിണ്ടിയില്ല.

2

അദ്ധ്യായം 2

ആ വണ്ടി ചെന്ന് നിന്നത് ഒരു വലിയ ഗേറ്റിന് മുന്നിലാണ് അവിടെ മതിലിൽ വലിയ അക്ഷരത്തിൽ കൊത്തിവെച്ചത് ഞാൻ വായിച്ചു 'ചിൽഡ്രൻസ് പാർക്ക്'. ഞങ്ങളെ മൂന്നു പേരെയും അവരുടെ ഓഫീസിലേക്ക് കൊണ്ടുപോയി. അവിടെ കസേരയിൽ വയസ്സായ സൗമ്യതനിറഞ്ഞ മുഖത്തിനുടമയായ ഒരു മനുഷ്യനെ കണ്ടു. അദ്ദേഹം ഞങ്ങളെ സന്തോഷിപ്പിക്കാൻ ശ്രമിച്ചു എന്തൊക്കെയോ പറഞ്ഞു. ഞങ്ങളുടെ ഓരോ ഫോട്ടോ എടുത്തു. അവിടെ നിന്ന് അവരെന്നെ ഒരു വലിയ ഹാളിലേക്ക് കൂട്ടികൊണ്ടുപോയി. ഒരുപാട് ചെറിയ കട്ടിലുകൾ നിരത്തിയിട്ടിരിക്കുന്നു. ഇതിലേതാണെൻറെതെന്നറിയാൻ കൂടെ വന്ന യാളുടെ മുഖത്തേക്ക് പ്രതീക്ഷയോടെ നോക്കി. അവര് കാണിച്ചുതന്ന കട്ടിലിൽ ഞാൻ കയറിയിരുന്നു. എൻറെ അടുത്തൊരു വലിയ കവർ വെച്ച് എൻറെ പുറത്തു തട്ടി അദ്ദേഹം പോയി. ഞാൻ കവർ എടുത്തു നോക്കി എനിക്കുള്ള വസ്ത്രങ്ങളും മറ്റുമായിരുന്നു അതിൽ. ഹാളിനകത്ത് ആരെയും കണ്ടില്ല. പതുക്കെ കട്ടിലിൽ നിന്ന് ചാടി പുറത്തേക്ക് നടന്നു.വിശാലമായ മുറ്റം, അവിടെവിടെയായി കൂറ്റൻ മരങ്ങൾ, ചെറിയ മൈതാനം അവിടെ കുട്ടികൾ

കളിക്കുന്നു, ഞാൻ മുറ്റത്തേക്കിറങ്ങി. എന്നെക്കണ്ട് പലരും നോക്കുന്നു, പിന്നെയും കളിക്കുന്നു, ഞാൻ മുമ്പിൽ കണ്ട വാഗ മരത്തിൻ ചുവട്ടിൽ ഇരുന്നു. അച്ഛനെയും അമ്മയെയും ഓർത്തുപോയി, അറിയാതെ കണ്ണിൽ നിന്നും കണ്ണീരൊഴുക്കി എൻറെ കൈകളിലേക്ക് ഇറ്റി വീണു. എവിടെനിന്നോ ഒരു കുട്ടി ഓടിവന്നു അടുത്തിരുന്നു, "എന്തിനാ കരയുന്നത് വാ ഞങ്ങളുടെ കൂടെ കളിക്കാം" എന്നും പറഞ്ഞ് അവൻ ഓടി.

ഒരാഴ്ചയോളം ആരോടും ഒന്നും സംസാരിക്കാതെ ഹാളിലും മരച്ചുവട്ടിലുമായി കഴിച്ചുകൂട്ടി. അങ്ങനെയിരിക്കെ ഒരു ദിവസം ഉച്ചസമയത്ത്, ഒരു ഓട്ടോ ഗേറ്റിന് മുമ്പിൽ വന്നുനിന്നു. അതിൽ നിന്നും തോളിൽ ഒരു ബാഗും തൂക്കി സാരിയുടെ അറ്റം തലയിൽ ചുറ്റിയ ഒരു സ്ത്രീ പുറത്തേക്കിറങ്ങി, കൂടെ അല്പം കറുത്ത നീളമുള്ള ഒരാളും. ഗേറ്റും കടന്ന് അവർ ഓഫീസിലേക്ക് നടന്നു. അരമണിക്കൂർ കഴിഞ്ഞു, ഞങ്ങളെ കാര്യങ്ങളൊക്കെ നോക്കാൻ ഏൽപ്പിക്കപ്പെട്ട മാഷിൻറെ കൂടെ അവർ പുറത്തേക്ക് വന്നു. ഇവിടെ വന്നവർ കുട്ടികളില്ലാത്ത ദമ്പതികൾ ആണെന്നും അവർക്ക് ഇഷ്ടപ്പെട്ട ആരെയെങ്കിലും ഇവിടെനിന്നും ഏറ്റെടുക്കാനാണ് അവർ വന്നിരിക്കുന്നതെന്നും ഇതിനു മുമ്പുള്ള ദിവസങ്ങളിൽ ഇവിടെ വന്ന പലരിൽ നിന്നും ഞാൻ മനസ്സിലാക്കിയിരുന്നു. എന്നെയും ആരെങ്കിലും വന്ന് കൂട്ടിക്കൊണ്ടു പോയിരുന്നെങ്കിൽ എന്ന് പലപ്പോഴും ആഗ്രഹിച്ചു.

ഉച്ചയൂണിനു ഉള്ള ബെൽ മുഴങ്ങി. എല്ലാവരും ഭക്ഷണം കഴിക്കാൻ കാൻറീനിലേക്ക് ഓടാൻ തുടങ്ങി. ഞാനും അവരോടൊപ്പം കൂടി. എല്ലാവരെയും പോലെ, അവിടെ തൊട്ടിയിൽ നിറച്ചുവെച്ച പാത്രങ്ങളിൽ ഒന്നു ഞാനും എടുത്തു. കൈ കഴുകി എന്ന് വരുത്തി ചോറ് എടുക്കാൻ

പോകുമ്പോൾ വാതിൽ പടിക്കൽ നേരത്തെ വന്ന രണ്ടുപേരെയും ഞങ്ങളുടെ മാഷിനെയും കണ്ടു. മാഷെന്നെയും നോക്കിയിട്ട് അവരോട് എന്തൊക്കെയോ മന്ത്രിക്കുന്നുണ്ടായിരുന്നു. ഞാൻ ഭക്ഷണം വേടിച്ച് ഒരു മൂലയിൽ വന്നിരുന്നു. കഴിക്കാൻ ഒരുങ്ങുമ്പോൾ വാതിൽക്കൽ നിന്നും എന്നെയും ലക്ഷ്യമാക്കി വരുന്ന മൂവർസംഘത്തെ ഞാൻ അതിശയത്തോടെ നോക്കി. "മോൻ കഴിച്ചോ കഴിച്ചോ" എന്നും പറഞ്ഞു അവരെന്റെ അടുത്തേക്ക് വന്നു. കൂടെയുള്ള ചേച്ചി എന്നോട് പേര് ചോദിച്ചു, മഹേഷ് എന്ന് മറുപടി പറഞ്ഞു. "എല്ലാവരും ഇവനെ മനു എന്നാണ് വിളിക്കാറ്" മാഷവരോട് പറഞ്ഞു. കുറച്ചുസമയം എന്റെ അരികിൽ നിന്നു പരസ്പരം എന്തൊക്കെയോ സംസാരിച്ചെന്റെ അരികിൽ നിന്നു. "മോന് ഭക്ഷണം കഴിച്ചു കഴിഞ്ഞ് ഓഫീസിലേക്ക് വാ" എന്ന് പറഞ്ഞു മാഷ് അവരെയും കൊണ്ട് തിരിച്ചുപോരുമ്പോൾ ചേച്ചിയുടെ കൂടെ വന്നയാൾ എന്നെ നോക്കി പുഞ്ചിരിച്ചു. ആ മന്ദഹാസത്തിൽ ഞാനെന്റെ അച്ഛനെ കണ്ടു. കൈകഴുകി ഭക്ഷണശാലയുടെ പടികൾ ഇറങ്ങുമ്പോൾ എന്നിൽ വല്ലാത്ത ആഹ്ലാദം തോന്നി. യഥാർത്ഥത്തിൽ അതിന്റെ കാരണം എന്താണെന്ന് എനിക്ക് തിരിച്ചറിയാൻ കഴിഞ്ഞില്ല. ഞാൻ ഓഫീസിൽ മുന്നിൽ ചെന്നു നിന്നു. മുകളിൽ തൂക്കിയിട്ട വ്യത്യസ്ത മതങ്ങളുടെയും ദൈവങ്ങളെ സൂചിപ്പിക്കുന്ന ചിത്രങ്ങളിലേക്ക് നോക്കി, "കാക്കണേ"

മാഷ് പുറത്തേക്ക് വന്നു. "നീ ഇവിടെ നിൽക്കുവാന്നോ,മോനെ കൊണ്ടുപോകാൻ വന്ന മോൻറെ പുതിയ അച്ഛനും അമ്മയും ആണത്" ഓഫീസിനകത്ത് ബാഗും മറ്റു സാധനങ്ങളും ഞാൻ കണ്ടു. എല്ലാം എനിക്ക് മുന്നേ അവർ തയ്യാറാക്കി വച്ചിരുന്നു. അവിടെയിരുന്ന് കസേരകളിൽ എനിക്കായി കാത്തിരുന്ന

എൻറെ പുതിയ മാതാപിതാക്കളെ ഞാൻ ഇമവെട്ടാതെ നോക്കിനിന്നു. അവർക്ക് പകരം എൻറെ സ്വന്തം അമ്മയും അച്ഛനും ആയിരുന്നെങ്കിൽ എന്ന് കൊതിച്ചു പോയി. എൻറെ കണ്ണ് നിറയുന്നു ഞാൻ അറിയുന്നുണ്ടായിരുന്നില്ല. ഞാൻ കരയുന്നത് കണ്ടു അവർ എൻറെ അടുത്തേക്ക് ഓടി വന്നു. ”മോനെ കരയല്ലേ ഞങ്ങളില്ലേ ഇവിടെ....പിന്നെന്തിനാ... ”അവരെൻറെ കണ്ണുനീര് തുടച്ചു, എൻറെ മുമ്പിൽ മുട്ടുകുത്തി യിരുന്നു ചേച്ചിയുടെ മുഖത്തേക്ക് ഞാൻ ദയനീയമായി നോക്കി, അവരുടെ കണ്ണും അവരറിയാതെ നിയന്ത്രണാതീതമായി ഒഴുകാൻ തുടങ്ങിയിരുന്നു. അമ്മയുടെ കഴുത്തിലൂടെ ചുറ്റിപ്പിടിച്ച് ഞാൻ വീണ്ടും കറഞ്ഞു. എൻറെ അച്ഛനെയും അമ്മയെയും തിരികെ കിട്ടിയ സന്തോഷത്തിൽ....... ഈ രംഗം കണ്ടു നിന്ന അഛനെൻറെ പുറത്തു തഴുകിതന്നു. എന്നെ അവരുടെ അടുത്തേക്ക് പിടിച്ചു എൻറെ നെറ്റിയിൽ മൃദുവായി ചുംബിച്ചു.

3
അദ്ധ്യായം 3

പുതിയ അമ്മയുടെയും അച്ഛൻറെയും കൈപിടിച്ച് എൻറെ വിഷമങ്ങൾക്ക് ആക്കമേകിയ പടിക്കെട്ടുകളിറങ്ങുമ്പോൾ മനസ്സൊന്നു പിടഞ്ഞെങ്കിലും അതിലേറെ സന്തോഷം ഞാൻ അനുഭവിച്ചു കൊണ്ടിരുന്നു. അവരുവന്ന ഓട്ടോ തിരികെ പോകാൻ തയ്യാറായി നിൽക്കുന്നുണ്ടായിരുന്നു. അമ്മയാണ് ആദ്യം കയറിയത്, പിന്നെ എന്നെയും കയറ്റി അവസാനം അച്ഛനും. അമ്മയെന്നെ ചേർത്ത്പിടിച്ചു, അവർക്കിടയിൽ ഞാൻ അനങ്ങാതിരുന്നു. റോഡിൻറെ താളത്തിൽ കുലുങ്ങുന്ന ഓട്ടോറിക്ഷയുടെ ശബ്ദത്തിൽ ലയിച്ച് വഴിയരികിലെ കാഴ്ചകളും കണ്ട് ഞാൻ എൻറെ പുതിയ ലോകത്തേക്ക് യാത്രയായി.

ഒരു മണിക്കൂറോളം യാത്ര ചെയ്തു എന്ന് തോന്നുന്നു, ഞങ്ങളുടെ വാഹനം പട്ടണങ്ങളെയെല്ലാം ഭേദിച്ച് വയലുകളും തെങ്ങിൻ തോപ്പുകളും, അവകൾക്കിടയിലൂടെ പനിനീര് പോലെയൊഴുകുന്ന ചെറുതോട് കൊണ്ടും സമൃദ്ധമായ കൊച്ചുഗ്രാമത്തിൽ എത്തിച്ചേർന്നു. വയലുകൾക്കപ്പുറം ആകാശം ചുംബിച്ചു നിൽക്കുന്ന കുന്നുകളും. അവിടെ നിന്നും അല്പം മുന്നോട്ടു പോയി

വലതുവശത്തേക്ക്,തിങ്ങിനിൽക്കുന്ന കമുങ്ങിൻ തോട്ടത്തിനിടയിലൂടെ തിരിഞ്ഞു പോകുന്ന ചെങ്കൽ പാത, പാത അവസാനിക്കുന്നിടത്ത് അല്പം ഉയരത്തിൽ ഒരു വീട്.അത്യാവശ്യം വലുപ്പം തോന്നിക്കുന്നു, വാർപ്പാണ്,പണി തീർന്നിട്ടധിക നാളുകൾ ആയിട്ടില്ല എന്ന് ചുറ്റുപാടും സൂചിപ്പിക്കുന്നു. വീടിനു മുൻപിൽ ചെറിയ മരത്തടി കൊണ്ട് നിർമ്മിച്ച ഗേറ്റിനരികിൽ ഓട്ടോറിക്ഷ ബ്രേക്കിട്ടു. ഞങ്ങൾ ഇറങ്ങിയ ഉടനെ തിരികെ പോവുകയും ചെയ്തു. അച്ഛരൻ ഗേറ്റ് തള്ളിത്തുറന്ന് അകത്തേക്ക് കടക്കാൻ തുനിന്നപ്പോഴാണ് മറ്റൊരു ഓട്ടോ വന്നു ഞങ്ങൾക്ക് മുൻപിൽ നിശ്ചലമായത്. ഏതോ സ്കൂൾ വണ്ടി ആണെന്നു തോന്നിപ്പിക്കുമാറ് ഒരേ യൂണിഫോം ധരിച്ച് ഒരുപാട് കുട്ടികളെ കൊണ്ട് തിങ്ങിനിറഞ്ഞിട്ടുണ്ട്. അവരുടെ ടീച്ചറാണെന്ന് തോന്നുന്നു, അതിൽനിന്ന് പുറത്തേക്കിറങ്ങി തോളിലൂടെ ഒരു ഷാൾ താഴേക്ക് തൂക്കിയിട്ട് അരയിൽ കെട്ടിയിട്ടുണ്ട്. അകത്തുനിന്ന് നാലു വയസ്സ് പ്രായമുള്ള കുഞ്ഞുവട്ടമുഖത്ത് നുണക്കുഴിയുള്ള മുടികളെ പിറകിലോട്ടു ചീകിയൊതുക്കി ഒരു കൊച്ചുന്ദരിയെ താഴേക്കിറക്കി. അവർക്ക് ടാറ്റയും കൊടുത്ത് അമ്മേ അച്ഛരാ എന്നും വിളിച്ചു ഞങ്ങളുടെ അരികിലേക്ക് അവൾ ഓടി വന്നു. അമ്മയവളെ വാരിയെടുത്തു മുത്തംകൊടുത്തു. പെട്ടെന്നാണവളെന്നെ ശ്രദ്ധിച്ചത്, അതോടെ ബ്രേക്കിട്ട പോലെ അവളുടെ ചിരി അപ്രത്യക്ഷമായി.അവരെന്നെ വീട്ടിനകത്തേക്ക് ആനയിച്ചു കൊണ്ടുപോയി.

ഒരു കസേരയിട്ടുതന്ന് അമ്മ അടുക്കളയിലേക്ക് ഓടി.അച്ഛരൻ എൻറെയടുത്ത് ഒരു കസേരയിൽ ഇരുന്നു.ഞാൻ എൻറെ ചുറ്റുപാടും കണ്ണോടിച്ച്നോക്കി, അപ്പോഴും കൊച്ചുസുന്ദരി അതിശയം മാറാതെ എന്നെ നോക്കുന്നത് കണ്ട് അച്ഛരൻ അവളെ അടുത്തേക്ക് വിളിച്ചു,

"മോളെ പിങ്കി ഇത് നിൻറെ പുതിയ ചേട്ടനാണ്, മനു...പേടിക്കണ്ട ഇനി നിൻറെ കൂടെ കളിക്കാൻ ചേട്ടനും ഉണ്ടാവും" ഇത് കേട്ട് അവൾ "എൻറെ കൂടെ കളിക്കുമോ" "തീർച്ചയായും" അച്ഛരൻ പറഞ്ഞു. ഒരുവേള അവളുടെ മുഖത്ത് വിടർന്ന പുഞ്ചിരിക്ക്മുമ്പിൽ ആരും തോറ്റു പോകുമെന്ന് തോന്നിപ്പോയി. ഞങ്ങൾക്കിടയിലേക്ക് അമ്മ ചായയുമായി വന്നു. അമ്മയെ കണ്ട ഉടനെ പിങ്കി പറഞ്ഞു "അമ്മേ ഈ ചേട്ടൻ എൻറെ കൂടെ കളിക്കമെന്ന് പറഞ്ഞു എനിക്ക് ഒത്തിരി ഇഷ്ടമായി ". അമ്മ ഒന്നു ചിരിച്ചു, എനിക്ക് ചായ തന്നിട്ട് അവർ രണ്ടുപേരും എൻറെ പഠനകാര്യങ്ങളും മറ്റും സംസാരിച്ചിരുന്നു. ചായക്ക് ശേഷം എനിക്കുള്ള മുറിയെല്ലാം കാണിച്ചു തന്നു. പിങ്കിയുമെൻറെ പിറകെക്കൂടി. എൻറെ മുറിയിൽ, എൻറെ ആഗമനം കാത്തിരുന്ന പോലെ എല്ലാം സജ്ജമാക്കി വെച്ചിരുന്നു. ഒരു മൂലയിൽ ചെറിയൊരു മേശയും അതിനടുത്തൊരു കസേരയും കിടപ്പുണ്ട്. അവിടവിടെയായി ചെറിയ പുസ്തകങ്ങൾ കിടക്കുന്നു. ചിൽഡ്രൻസ് പാർക്കിൽ ഞാൻ ഉപയോഗിച്ചിരുന്ന ബാഗും മറ്റും അച്ഛരൻ അവിടെ വൃത്തിയായി വെച്ചു. എനിക്കൊരു തോർത്തും സോപ്പും തന്ന് കുളിമുറി കാണിച്ചു തന്നു. ഞാൻ കുപ്പായം കസേരമേലെഴിച്ച് വച്ചു കുളിക്കാൻ പോകുന്നതിനിടെ അമ്മ, കാച്ചിയ ഗന്ധമുള്ള എണ്ണ തലയിൽ തേച്ചു തന്നു. ഞാൻ കുളിമുറിക്കകത്ത് കയറി. അടുക്കളയോട് ചേർന്ന് വീടിനകത്തേക്ക് തുറക്കുന്നതാണ് കുളിമുറി. അകത്തു വലിയൊരു തറയും അതിനുമുകളിൽ ഒരു തൊട്ടിയും ഉണ്ട്. ഞാൻ മുൻപൊന്നും കണ്ടിട്ടില്ലാത്ത എന്തെല്ലാമൊക്കെയോ അതിനകത്ത് ഉണ്ടായിരുന്നു. പൈപ്പാണെന്ന് കരുതി എന്തോ ഒന്നിൽ പിടിച്ചു തിരിച്ചു. പെട്ടെന്ന് തലയിലേക്ക് വെള്ളം വീണു. ഞാൻ പേടിച്ചു വാതിൽ തുറന്ന് പുറത്തേക്ക് ചാടി. ഇത് പ്രതീക്ഷിച്ചപോലെ അച്ഛരൻ അവിടെത്തന്നെ

ഉണ്ടായിരുന്നു. എന്തുപറ്റി എന്ന് ചോദിച്ചു അച്ഛരൻ കുളിമുറിക്കത്തേക്ക് നോക്കി, കാര്യം മനസ്സിലായി, അച്ഛരൻ പൊട്ടിച്ചിരിച്ചുകൊണ്ട് പറഞ്ഞു "പേടിക്കണ്ട ടാ മോനെ, ഇതാണ് ഷവർ, ഇതിങ്ങനെ തിരിച്ചാൽ മുകളിൽ നിന്നും വെള്ളം വരും, വേഗം കുളിച്ചിട്ട് വാ...നമുക്ക് ഒരുപാട് കാര്യങ്ങളുണ്ട്".എനിക്ക് പറ്റിയ അമളി മനസ്സിലാക്കി ഞാൻ വീണ്ടും കുളിക്കാൻ തുടങ്ങി. നന്നായി ഒന്നു കുളിച്ചിട്ട് ഒരാഴ്ച ആയിരുന്നു. വെള്ളത്തിനു വല്ലാത്ത തണുപ്പ് തോന്നി. കുളികഴിഞ്ഞ് പുറത്തേക്കിറങ്ങി. അമ്മ എനിക്കു മാറാനുള്ള വസ്ത്രം കസേരമേൽ വച്ചിരുന്നു.ഞാൻ ആരുമില്ലെന്ന് ഉറപ്പാക്കി പതിയെ മുണ്ടൂരി. ധൃതിയിൽ വസ്ത്രമുടുത്ത് തിരിഞ്ഞ ഞാൻ, ഒന്നുമറിയാത്തപോലെ വാതിൽക്കൽ ഒരു കൈയിൽ എന്തോ പൊടിയുമായി പുഞ്ചിരിതൂകി നിൽകുന്ന അമ്മയെയാണ് കണ്ടത്. എനിക്ക് നാണം തോന്നി. അമ്മ കയ്യിലുള്ള പൊടി എൻറെ തലയിൽ തിരുമ്മി തന്നിട്ട് ചിരിച്ചുകൊണ്ടെൻറെ കവിളിൽ നുള്ളി.

4
അദ്ധ്യായം 4

അമ്മ മുറിവിട്ട് പോയി അല്പം കഴിഞ്ഞ് ഞാൻ ജനാല തുറന്നിട്ടു. അതിലൂടെ അയൽവീടിൻറെ മതിലു കാണാം, വലിയ വലുപ്പം ഒന്നുമില്ലെങ്കിലും ഈ വീടിനേക്കാൾ വലിപ്പം കാണും. മതിലിനരികെ നിരനിരയായി പലതരം ചെടികൾ വെച്ചുപിടിപ്പിച്ചിട്ടുണ്ട്. "ഒന്നു പുറത്തേക്കൊക്കെ പോയി ചുറ്റുപാടുകളൊക്കെയൊന്ന് കണ്ടു നോക്ക് മോനേ" എന്നപ്പുറത്തു നിന്നും അമ്മ വിളിച്ചു പറയുന്നത് കേട്ട് മുറിക്ക് പുറത്തേക്കിറങ്ങാൻ ഭാവിച്ചയെൻറെ കണ്ണിൽ കതകിനു പുറകിൽ എന്തോ തൂക്കിയിട്ട പോലെ തോന്നി. പതിയെ വാതില് നീക്കി അതെന്താണെന്ന് കാണാൻ ഉയരത്തിലേക്ക് കാലുയർത്തി നോക്കി, ഒരു ചെറിയ ഫ്രെയിം അതിൽ ഇംഗ്ലീഷിൽ എന്തോ എഴുതിവെച്ചിരിക്കുന്നു, പഴയ ക്ലാസ്സുകളിൽ നിന്നും പഠിച്ചത് അനുസരിച്ച് ഞാൻ ഇപ്രകാരം വായിച്ചെടുത്തു 'എൻജോയ് ദ ലിറ്റിൽ തിങ്ങ്സ്'. എൻറെ മറുപടി കേൾക്കാത്തത്കാരണം അപ്പോഴേക്കും അമ്മ അവിടെ എത്തിയിരുന്നു. എൻറെ നോട്ടം എങ്ങോട്ടാണെന്ന് മനസ്സിലാക്കിയ എന്നോട് അതെന്താണെന്ന് മനസ്സിലായോ? എന്നു ചോദിച്ചു. ഇല്ല എന്ന് തലയാട്ടി പ്രതീക്ഷയോടെ അമ്മയുടെ മുഖത്തേക്ക് നോക്കി. അമ്മ വാചാലയാവാൻ

തുടങ്ങി....... "മോനേ മനു, അതിൻറെ അർത്ഥം എന്താണെന്നോ? നിൻറെ ചുറ്റുപാടും എന്താണ് ഉള്ളത് അതിൽ സന്തോഷം കണ്ടെത്തി കൂടെയുള്ളവർക്ക് സ്നേഹം നൽകി ഈ ചെറിയ ജീവിതം എപ്പോഴും സന്തോഷം കൊണ്ട് സമൃദ്ധമാക്കുവാൻ ശ്രമിക്കുക". അവരെൻറെ കൈ പിടിച്ചു മുറ്റത്തേക്ക് നടന്നു. എടുത്താൽ താങ്ങാത്ത പാത്രത്തിൽ വെള്ളം കോരി ചെടി നടക്കുകയായിരുന്നു പിങ്കി.സ്വന്തം കുഞ്ഞുങ്ങളെ പോലെ അവയെ തലോടി കൊണ്ടാണ് നനയ്ക്കുന്നത്.അവളുടെ കൂടെ ചെന്ന് ചുറ്റുപാടുകളെല്ലാം കണ്ടിട്ട് വരാൻ പറഞ്ഞിട്ട് അമ്മ അകത്തേക്ക് പോയി.ചുറ്റും നോക്കിക്കൊണ്ട് അവളുടെ പിറകിലായി ഞാൻ ചെന്നു നിന്നു.ഒന്നുമറിയാതെ മൂളി പാട്ടും പാടി ചെടികളെ താലോലിക്കുന്നതിനിടയിൽ പെട്ടെന്ന് തിരിഞ്ഞു നിന്ന് എന്നെ നോക്കി ഒന്ന് പുഞ്ചിരിച്ചു. "ഇതൊക്കെ എൻറെ താ" നുണക്കുഴി കാണിച്ച് ചിരിച്ചു കൊണ്ട് അവൾ പറഞ്ഞു. വാ എന്നും പറഞ്ഞു കയ്യിലുള്ള പാത്രം നിലത്തിട്ട് എൻറെ കയ്യും പിടിച്ച് വീടിന് ചുറ്റും നടത്തി കാണിച്ചു. നടത്തത്തിനിടയിൽ അവൾ പലയിടത്തേക്കും വിരൽചൂണ്ടി ഓരോന്ന് പറഞ്ഞുകൊണ്ടിരുന്നു. അത് കഴിഞ്ഞ് അവളുടെ കൂടെയോടാൻ പറഞ്ഞു. ഓടിച്ചെന്ന് മതിലിൻറെ കോണിലുള്ള തെങ്ങിൻ ചുവട്ടിൽ ചെന്ന് നിന്ന് എന്നെ കളിയാക്കി "അയ്യേ ചേട്ടൻ തോറ്റു" ഞാൻ ഒന്നും മിണ്ടിയില്ല. അവൾ പിണങ്ങി അമ്മയെ വിളിച്ചു കൊണ്ട് അകത്തേക്കോടി.അമ്മയോട് പരാതിപ്പെടുന്നത് കേട്ടു "ചേട്ടൻ ഒന്നും മിണ്ടുന്നില്ല അമ്മേ"

"മനു" അമ്മയെന്നെ വിളിച്ചു. "നീ എന്താ ഒന്നും ഇവളോടൊന്നും മിണ്ടാത്തെ അമ്മ ചോദിച്ചു.

"അമ്മേ അത്"

അവരെൻറെ തലയിൽ തടവിക്കൊണ്ട് പോട്ടേ മോനെ എല്ലാം ശരിയാവും എന്ന് പറഞ്ഞു. ശേഷം മോളോട് “ചേട്ടനു മോളുടെ ദേഷ്യം ഒന്നുമില്ല....ആദ്യമായത് കൊണ്ടാ, പിണങ്ങണ്ട ട്ടോ“

രാത്രി ഭക്ഷണം എല്ലാവരും ഒരുമിച്ചാണ് കഴിച്ചത്.എന്നെ ഒരുപാട് കഴിക്കാൻ നിർബന്ധിച്ചു. പിങ്കിയും പിന്താങ്ങി “ഈ ചേട്ടൻ ഒന്നും മിണ്ടൂല്ല ഒന്നും കഴിക്കുല്ല ഹും“ ഒടുവിൽ ഞാനല്പം കഴിച്ചെന്നു വരുത്തി കൈകഴുകി. പ്രാതൽ കഴിഞ്ഞ് അമ്മ അടുക്കളയിൽ പോയി. ഞാൻ പിങ്കിയും അച്ഛൻറെ കൂടെ ഇരുന്നു. അച്ഛനെ കഥ പറയാൻ അവൾ നിർബന്ധിച്ച് കൊണ്ടിരുന്നു. അച്ഛൻ കഥ പറഞ്ഞു തുടങ്ങി. പൂമുഖത്തിൽ ചുവരിൽ ചാരിയിരുന്നാണ് കഥപറച്ചിൽ.ഒരു തുടയിൽ പിങ്കി ഇരുന്നു. മറ്റേതിൽ എൻറെ തലചായ്ച്ച് എന്നെയും കിടത്തി.വിഹായസ്സിൽ നിശാകേതുവിൻറെ പ്രഭ പരന്നിരിക്കുന്ന മനോഹരമായ കാഴ്ചയും കണ്ടു അച്ഛൻറെ കഥയിൽ ലയിച്ച് രണ്ടുപേരും ഉറങ്ങി. തൂവെളിച്ചത്തിൻറെ പൊന്നിൻകുടവുമായി നിത്യവും വരുന്ന സൂര്യനെ വരവേൽക്കാൻ എണീറ്റപ്പോൾ, അന്തമില്ലാതെ ചുറ്റും നോക്കിയങ്ങനെ ഇരുന്നു.ഉറങ്ങിയത് അച്ഛൻറെ കൂടെ ആയിരുന്നെങ്കിലും രാത്രി എപ്പോഴോ എന്നെ എടുത്തു മുറിക്കകത്തു കിടത്തിയിരുന്നു. പിങ്കി അടുത്തുതന്നെ സുഖമായി ഉറങ്ങുന്നു. ക്ഷിപ്രകോപിയായ കടുവ മയങ്ങുന്ന നിമിഷം ശാന്തമാകുന്നതുപോലെ കുസൃതിക്കാരി അധമയായി സുഖനിദ്രയിൽ ആണ്. പതിയെ എഴുന്നേറ്റ് മുറിക്ക് പുറത്തുകടന്നു. ഹാളിൽ ഒരു മൂലയിൽ ഉള്ള വാഷ്ബേസിൽ നിന്നും പ്രാഥമിക കർമങ്ങൾ കഴിഞ്ഞ് കുളിക്കുവാൻ പോയി.ഉറക്കമുണർന്നാലുടൻ കുളിക്കുന്ന ശീലം എൻറെ അമ്മയിൽനിന്ന് കുഞ്ഞുനാളിൽ തന്നെ ഞാൻ പഠിച്ചിരുന്നു.കുളി കഴിഞ്ഞിറങ്ങിയ എന്നെ മേശപ്പുറത്ത്

ചായ കാത്തിരിപ്പാണ്.കതകടക്കുന്ന ശബ്ദം കേട്ടിട്ട് അമ്മ വിളിച്ചു പറഞ്ഞു "മോനെ ചായ കുടിച്ചിട്ട് അച്ഛൻറെ കൂടെ പുറത്തേക്ക് ഒന്ന് പോയി വാ".

അച്ഛൻറെ കയ്യും പിടിച്ചു നടക്കുമ്പോൾ വല്ലാത്തൊരു അനുഭൂതി തോന്നി. അങ്ങേയറ്റംവരെ പരന്നുകിടക്കുന്ന പച്ചക്കടൽ, തിരെയില്ലാത്ത കടലിൽനിന്നും മന്ദമാരുതൻറെ പ്രയാണം ഞങ്ങളെയും കടന്ന് മുന്നേറി. കതിരു കൊത്തി പറക്കുന്ന പച്ചക്കിളികൾ, ഒഴുകുന്ന വെള്ളത്തിൻറെ മണിനാദത്തിനൊത്ത് കാറ്റിൽ നെൽകതിരുകൾ നൃത്തംചുവട്ടി.

"മനു നിനക്കിനി പുതിയ സ്കൂളിലൊക്കെ പോണ്ടേ"

പ്രകൃതിയുടെ മായാജാലങ്ങളിൽ കണ്ണുനട്ടിരുന്ന എന്നെ ഉണർത്തിക്കൊണ്ട് അച്ഛൻ ചോദിച്ചു.

ഞാൻ ഒന്നു മൂളി ഉം......ഉച്ചയ്ക്ക് ശേഷം പിങ്കിയുടെ സ്കൂളിൽ പോയി കാര്യങ്ങളൊക്കെ ശരിയാക്കട്ടെ" സംസാരത്തിനിടയിൽ അച്ഛൻറെ മുഖത്തേക്ക് നോക്കി. വീണ്ടും സ്കൂളിൽ പോകാം എന്ന സന്തോഷത്തിലായിരുന്നു ഞാൻ. അച്ഛൻ നാടിനെക്കുറിച്ച് ഒരുപാട് വിവരിച്ചു സംസാരിച്ച്കൊണ്ടിരുന്നു. നടത്തത്തിനിടയിൽ ഞങ്ങളെ കടന്നു രണ്ട് മോട്ടോർസൈക്കിൾ മാത്രം സീൽക്കാരത്തോടെ കടന്ന്പോയി. കുറച്ചു മുന്നോട്ട് നടന്നപ്പോൾ വഴിയോരത്ത് ചെറിയൊരു ഷെഡ്ഡ് കണ്ടു,'ബസ് കാത്തിരിപ്പ് കേന്ദ്രം' മേൽഭാഗം മാത്രം ആസ്ബറ്റോസ് വെച്ച് മറച്ചിരിക്കുന്നു.അവിടെയിരുന്നാൽ ദൂരെയുള്ള തെങ്ങിൻതോട്ടത്തിൽ താളത്തിലാടുന്ന തെങ്ങുകളുടെ ചുവടുകാണാം.

"ഇവിടെ ഇഷ്ടായോ? "അച്ഛൻ ചോദിച്ചു

"ഏ... ? "

"ഇവിടം മോൻ ഇഷ്ടായോ? " ഞാൻ അച്ഛൻറെ മുഖത്തുനോക്കി വിശാലമായ പുഞ്ചിരിച്ചു.അച്ഛൻ സംസാരിക്കാൻ തുടങ്ങി. "നിനക്ക് പിങ്കിയോട് വെറുപ്പൊന്നുമില്ലല്ലോ? അവളും നിന്നെപ്പോലെ പാവമാണ്. ജനിച്ച നാലാം മാസം ഏതോ വഴിയരികിലെ കുപ്പത്തൊട്ടിയിൽ ഉപേക്ഷിക്കപ്പെട്ട കുഞ്ഞാണവൾ. എനിക്കും നിന്നെ അമ്മയ്ക്കും കുഞ്ഞുങ്ങൾ ജനിക്കില്ലാന്ന് ഡോക്ടർമാർ പറഞ്ഞപ്പോൾ തീരുമാനിച്ചതാണ് ആരോരുമില്ലാത്ത രണ്ടു കുട്ടികളെ ഞങ്ങൾ സ്വന്തം കുഞ്ഞുങ്ങളെ പോലെ പാലും തേനും കൊടുത്തു വളർത്തുമെന്ന്. അങ്ങനെയാണ് ഞങ്ങൾ നിൻറെ പെങ്ങളെ കണ്ടെത്തിയത്.അവളൊത്തിരി വളർന്നപ്പോൾ അവൾക്കൊരു കൂട്ടായി നീ ഞങ്ങളുടെ സ്വർഗ്ഗത്തിലേക്ക് കടന്നുവന്നു. നന്ദിയുണ്ട് ഈ പാവങ്ങളുടെ അപേക്ഷ സ്വീകരിച്ചതിൽ". അച്ഛൻറെ കണ്ണിൽ നീര് പൊടിഞ്ഞു തുടങ്ങിയിരുന്നു.ആ വാക്കുകൾക്ക് മുമ്പിൽ മറുവാക്ക് പറയാൻ എൻറെ നാവു ഉയർന്നില്ല.അച്ഛനോട് ചേർന്നിരുന്നു,അച്ഛൻറെ കൈ എൻറെ പുറം തലോടിക്കൊണ്ടിരുന്നു.

5

അദ്ധ്യായം 5

നടത്തം വിരാമമായത് ഒരു ചെറിയ കവലയിലാണ്. അവിടെ എന്നെ കണ്ടവരെല്ലാം എന്നെക്കുറിച്ച് അന്വേഷിക്കുന്നുണ്ടായിരുന്നു. എല്ലാവർക്കും ചോദ്യത്തിന് അനുസരിച്ചു മറുപടിയും നൽകി ഒരു കടയിൽ നിന്ന് രണ്ട് കിലോഗ്രാം പഴവും കുറച്ചു പച്ചക്കറിയും വേടിച്ച് തിരിച്ച് വീട്ടിലേക്ക് നടന്നു. വീട്ടു പടിക്കൽ തന്നെ ഞങ്ങളെയും കാത്ത് പിങ്കി ഇരിപ്പുണ്ടായിരുന്നു. ഞങ്ങളെ കണ്ട ഉടനെ ചാടിയെഴുന്നേറ്റു തുള്ളിച്ചാടി. “അമ്മേ അച്ചരനും ചേട്ടനും വന്നു“ അച്ചരൻ കവലയിൽ നിന്നും വേടിച്ച മിഠായി അവൾക്കു നേരെ നീട്ടി.ധൃതിയിൽ അതിൻറെ തൊലി എടുത്തുകളഞ്ഞിട്ട് പകുതി മുറിച്ച് എനിക്ക് നേരെ നീട്ടി. അവളോട് തന്നെ മുഴുവനും കഴിക്കാൻ പറഞ്ഞപ്പോഴേക്കും മുഖം വാടി,അവൾ കരയേണ്ട എന്ന് കരുതി ഞാൻ അതങ്ങ് മേടിച്ചു കഴിച്ചു.ലോകം മുഴുവൻ തൻറെ വരുതിയിലാണെന്ന കണക്കെ അരക്കെട്ടിൽ കൈ താങ്ങി എന്നെ തറപ്പിച്ച് നോക്കി അവൾ അങ്ങനെ നിന്നു.അമ്മ അടുക്കളയിൽ നിന്നും വന്ന അച്ചരൻറെ കയ്യിലെ കവറുകൾ വേടിക്കുന്നതിനിടയിൽ പറഞ്ഞു “ഇന്നെനിക്ക് ചേട്ടൻറെ കൂടെ കളിക്കണം, സ്കൂളിൽ പോകുന്നില്ല, എന്ന് പറഞ്ഞു ശാട്യം

പിടിച്ചിരിക്കുകയാണവൾ" "വേണ്ടെന്നേ അവളെ നിർബന്ധിക്കേണ്ട" അച്ഛൻ അവളെ പിന്തുണച്ചു.

അച്ഛരനെൻറെ പഠനാവശ്യത്തിന് പുറത്തുപോയ സമയം പിങ്കി പുറകുവശത്തെ കമുങ്കിൻ തോട്ടങ്ങൾക്കിടയിലൂടെ തോട്ടിൻകരയിലേക്കെന്നെ കൊണ്ടു പോയി. തോടിൻറെ ഓരത്തിരുന്ന് കുഞ്ഞു മീനുകളെ അവൾ ചൂണ്ടികാണിച്ചു. മുമ്പ് എൻറെ അച്ഛരനിൽനിന്നും പഠിച്ചെടുത്ത വിധത്തിൽ ഒരു ചെറു പരലിനെ പിടിച്ച് ചേമ്പിൻ കുമ്പിളിൽ വെള്ളം നിറച്ച് അതിലിട്ടു കൊടുത്തു. "ഹായ് ഇത് അമ്മക്ക് കാണിച്ചു കൊടുക്കാം" എന്നു പറഞ്ഞു അവൾ തിരിഞ്ഞോടി.

"പതിയെ പോ മീൻ വീണുപോവും" ഞാൻ പിറകിൽനിന്ന് ഒച്ചവെച്ചു. അലക്കാൻ ഇറങ്ങിയ അമ്മ ഞങ്ങളുടെ വരവ് കണ്ടിട്ട് ദേഷ്യത്തോടെ പറയുന്നുണ്ടായിരുന്നു "വെയില് ചൂടായി നിൽക്കുമ്പോൾ ഇങ്ങനെ......വല്ലതും പറ്റില്ലേ നിങ്ങൾക്ക്? " അതൊന്നും കേൾക്കാത്ത പാതി പിങ്കി അമ്മക്ക് മീനിനെ കാണിച്ചുകൊടുത്തു. "ചേട്ടൻ പിടിച്ചു തന്നതാ" "മോനേ ശ്രദ്ധിക്കണേ ഈ പെണ്ണ് ഓരോ കുറുമ്പുകാട്ടും" എന്നും പറഞ്ഞു അമ്മ ഒരു ചെറിയ പാത്രത്തിൽ വെള്ളം നിറച്ച് മീനതിലിട്ടു കൊടുത്തു. ഒരുപാട് നേരം അവൾ അതിനുചുറ്റും നിന്നും മാറാതെ അതിനെ നോക്കിനിന്നു. മീന് കഴിക്കാൻ എന്നും പറഞ്ഞു എന്തൊക്കെയോ കൊണ്ട് ഇട്ട് കൊടുക്കുന്നുണ്ടായിരുന്നു. എന്നിട്ടും ചാവാതിരുന്നതെൻറെ ഭാഗ്യം, അല്ലെങ്കിൽ ഇനിയും ഞാൻ പിടിച്ച്കൊടുക്കേണ്ടി വരുമായിരുന്നു.

സന്തോഷവാർത്തയുമായാണ് അച്ഛൻ വന്നത്. അടുത്ത തിങ്കളാഴ്ച മുതൽ എനിക്കും പിങ്കിയുടെ കൂടെ സ്കൂളിൽ പോകാം. വല്ലാതെ സന്തോഷിച്ചു. പക്ഷേ ഈ സമയത്താണ് ഞങ്ങളെ വിഷമത്തിലാക്കുന്ന ആ കാര്യം അച്ഛൻ

പറഞ്ഞത്. ഇതുവരേക്കും എൻറെ അറിവിൽ പെടാത്തതുമായ അക്കാര്യം എന്നെ വല്ലാതെ നടുക്കിക്കളഞ്ഞു. അച്ഛൻ രണ്ടു വർഷത്തിലധികമായി പ്രവാസിയായിട്ടാണ് ഈ വീട്ടിൽ വെളിച്ചം തെളിഞ്ഞത്,ഇവിടെ അടുപ്പുപുകഞ്ഞത്. വൈകാതെ തന്നെ അച്ഛൻറെ അവധി തീരും തിരിച്ചു പോകുവാൻ ഒരുങ്ങാൻ സമയമായി എന്നതായിരുന്നു ആ വാർത്ത. സങ്കട നിമിഷം അധികം നീണ്ടുപോകാൻ സമ്മതിക്കാതെ അച്ഛൻ ഞങ്ങൾക്കിടയിൽ മറ്റുപലതും സംസാരിക്കാൻ ശ്രമിച്ചു. ശമം പരാജയം കണ്ടപ്പോൾ അച്ഛൻ മൗനിയായി. അവസാനമിങ്ങനെ പറഞ്ഞു. "എന്തായാലും കുറച്ചുനാൾ,അത്കഴിഞ്ഞാൽ പോകാതെ പറ്റില്ല, ഉള്ള സമയം നമുക്ക് സന്തോഷത്തിൽ ചെലവഴിക്കാം എല്ലാവരും വേഗം ഒരുങ്ങിക്കോളൂ നമുക്ക് ഒന്ന് പുറത്തു പോയി വരാം"..........

ഉ

എൻറെ വിദ്യാലയ ജീവിതം തുടങ്ങിയിട്ട് ഒരുമാസം കഴിയുന്നു. ആദ്യദിവസങ്ങളിലെല്ലാം വളരെ ഇടുക്കം അനുഭവപ്പെട്ടിരുന്നു. സഹപാഠികളുടെ ഇടയിൽ മാറ്റി നിർത്തപ്പെട്ടു, അവഗണിക്കപ്പെട്ടു. വരത്തനാണെന്നൊരു കൂട്ടർ, കുടിയേറ്റക്കാരനെന്ന് മറ്റു ചിലർ, എങ്കിലും വൈകാതെതന്നെ അധ്യാപകരിൽ നിന്നും മറ്റും എൻറെ ജീവിതത്തെ മനസ്സിലാക്കിയ സുഹൃത്തുക്കൾ ചുറ്റുംകൂടി, ചിലർ മാപ്പ് ചോദിച്ചു വന്നു, എല്ലാം ഒരു മന്ദസ്മിതത്തിൽ തുടങ്ങി.

ഓരോ നാളുകളും വർണശബളമായ മാറാൻ തുടങ്ങി.

അച്ഛൻറെ പ്രവാസ ജീവിതത്തിലേക്കുള്ള മടക്കത്താൽ എന്നിൽ ഉണ്ടായ മുറിവ് പതിയെ ഉണങ്ങാൻ തുടങ്ങി. ഞാനും പിങ്കിയും ഒരുമിച്ചാണ് സ്കൂളിൽ വരുന്നതും പോകുന്നതും.

കുറച്ചുനാളായി ഓട്ടോ ഇല്ല.
പ്രഭാത പ്രദോഷ സൂര്യകിരണങ്ങളുടെ ഇളം ചൂടു കാഞ്ഞ് മൃദുലമായി വീശുന്ന കാറ്റിൽ വയലോര കാഴ്ചയും കണ്ടു ഞങ്ങൾ കൈകോർത്തു നടന്നു. കണ്ണിൽ നിന്നും മറയുന്നതുവരെ അമ്മ ഞങ്ങൾക്ക് പിറകെ കൈവീശി നിൽകും. അച്ഛനെ ഓർത്തുള്ള അമ്മയുടെ വിഷമം മാറ്റാൻ ഞങ്ങൾ ആയാസപ്പെട്ടു. അവധിദിവസങ്ങളിൽ അമ്മയെയും കൂട്ടി നടക്കാൻ പോകും. ആയിടയ്ക്കാണ് അച്ഛനിൽ നിന്നും ഒരു പാർസൽ വീട്ടിലെത്തിയത്. ഞങ്ങൾക്ക് വേണ്ടി ഒരുപാട് വസ്തുക്കൾ അച്ഛനതിൽ കരുതിയിരുന്നു. ഇതിനെല്ലാം പുറമേ അതിലുണ്ടായിരുന്നത് ഒരു സ്മാർട്ട്ഫോണായിരുന്നു.
ചെറിയ പ്രയാസമുണ്ടയെങ്കിലും അമ്മ അയൽവാസികളിൽ നിന്നും മറ്റും അതിൻറെ ഉപയോഗമെല്ലാം ത്വരിതഗതിയിൽ പഠിചെടുത്തു. അത്രയും കാലം പരിമിതമായ സമയം മാത്രം കേൾക്കാനല്ലതെ കഴിയില്ലായിരുന്ന അച്ഛൻറെ ഫോൺവിളികൾ,അച്ഛനെ കാണാനും ഞങ്ങൾക്കെല്ലാവർക്കും മനസ്സ്നിറയുവോളം സംസാരിക്കാനും കഴിയുന്ന രൂപത്തിലേക്ക് മാറി.

൭

ഒരു വെള്ളിയാഴ്ച വൈകുന്നേരം എൻറെ അഞ്ചാം ക്ലാസ് പഠനം പൂർത്തിയാക്കാൻ ഇനി ഒരു മാസം ബാക്കിനിൽക്കെ, ഏകദേശം ഒന്നര വർഷത്തിനു ശേഷം അപ്രതീക്ഷിതമായ അച്ഛൻറെ വരവ് ഞങ്ങളിൽ സന്തോഷ മഴ പെയ്യിച്ചു. തുടർന്നുള്ള ഓരോ ദിനവും മനസ്സുനിറഞ്ഞ് ആഹ്ലാദിച്ചു. സ്കൂളുകൾ വേനലവധയിലേക്ക് കടന്നു.ഞങ്ങൾ അച്ഛൻറെ കൂടെ ഒരു ദീർഘയാത്ര പോയി. പരുപരുത്ത ശബ്ദമുണ്ടാക്കി പായുന്ന തീവണ്ടിയിലായിരുന്നു യാത്ര.

സംസ്കാരങ്ങൾ കൊണ്ടും ആകർഷണീയത കൊണ്ടും സമൃദ്ധമായ, വൈവിധ്യമാർന്ന നാടുകളിലൂടെ സഞ്ചരിച്ചു. കിഴക്കിൻറെ വെനീസും അറബിക്കടലിൻറെ റാണിയും കണ്ടു ഞങ്ങൾ മടങ്ങി. സ്കൂളുകൾക്ക് വേനലവധി തീരുമ്പോൾ ഞങ്ങളുടെ സന്തോഷത്തിൻറെ നാളുകൾക്കും അവധി പറഞ്ഞ് അച്ഛരൻ പോയി.കാലചക്രം കറങ്ങുന്നതോടൊപ്പം എൻറെ ജീവിതവും ചാക്രികമായി സഞ്ചരിച്ചു.

೨

ഋതുക്കൾ മാറി മറിഞ്ഞപ്പോൾ ജീവിതവും അതിനെ തുടർന്നു. രണ്ടു വർഷത്തിലൊരിക്കൽ മാത്രം വന്നിരുന്ന അച്ഛരൻ വർഷത്തിൽ ഒരു തവണ വരാൻ തുടങ്ങി. സന്തോഷങ്ങൾക്കും സങ്കടങ്ങൾക്കുമിടയിൽ കാലം കാത്തുനിൽക്കാതെ മുന്നേറി. പാഠ്യമേഖലയിലെ വളരെ നിർണായകമായ പത്താം ക്ലാസ്സ് പഠനകാലം,ക്ലാസ്മുറിയിലെ പാഠ്യയുദ്ധങ്ങളിൽ പലപ്പോഴും ഞാൻ ജേതാവായിരുന്നു.

പ്രണയനാമ്പുകൾ കിളിർത്തു തുടങ്ങുന്ന കാലം എന്നിലും മുളപൊട്ടി ഒരു നാമ്പ് കിളിർത്തു. നനച്ചും തലോടിയും കോട്ടമേൽക്കാതെ പരിപാലിച്ചും മൊട്ടിട്ടു.വിരിയാനായ് വെമ്പൽകൊണ്ടു. എൻറെ പ്രേയസിക്കായി കാത്തിരുന്നു.

കീർത്തി ....

എന്നിൽ ഏറെനാളായി വിരിയാനായി കാത്തുനിന്ന മൊട്ടിനെയവൾ തലോടി.ശലഭങ്ങൾ തേൻ നുകർന്നു.

ആൽമരച്ചുവട്ടിൽ ഞങ്ങൾ ബന്ധിതരായി...

ശലഭം പൂവിൽ നിന്നും തേൻ നുകർന്നു....

6

അദ്ധ്യായം 6

ജീവിതമെന്ന യാത്രയിൽ സങ്കീർണമായ ഘട്ടങ്ങളെ അതിജീവിക്കുന്നതിനിടയിൽ പഴമയെ ഞാൻ മറന്നു തുടങ്ങിയിരുന്നു.എൻറെ ജീവിതം ആരംഭിച്ച നാടും വീടും പിന്നീട് ഞാൻ കണ്ടില്ല.സന്തോഷങ്ങളുടെയും സങ്കടങ്ങളുടെയും ലോകത്തേക്ക് എന്നെ കൊണ്ടുവന്ന അമ്മയെയും അച്ഛനെയും ഞാൻ മറന്നു.

ഹൃദയാന്തരത്തിൽ പ്രേമം കുടിയേറിയ ശേഷം ഉറ്റവരുടെ വേർപിരിയലിൻറെ വേദന പലപ്പോഴായി ഞാൻ അറിഞ്ഞു തുടങ്ങി.പതിയെ പതിയെ എൻറെ രക്തം എവിടെയോ നഷ്ടപ്പെട്ടതായി തോന്നി തുടങ്ങി, അമ്മയുടെയും അച്ഛൻറെയും കൂടെയാണാ നഷ്ടം എന്ന് ഞാൻ അറിഞ്ഞു.കാലങ്ങൾക്കിപ്പുറം അവരോടുള്ള ആസക്തി എന്നിൽ തിരതല്ലി.ഞാൻ ഏറെ വൈകിപ്പോയി, മനസ്സിനെ അടക്കി നിർത്താൻ എനിക്ക് കഴിഞ്ഞില്ല.എൻറെയുള്ളിൽ തിങ്ങിനിറഞ്ഞ അസ്വാസ്ഥ്യം

എൻറെ ചെയ്തികളായി വെളിവായത് പലരിലൂടെയും ഞാനറിഞ്ഞു. പഠനത്തിൽ മുൻപന്തിയിൽ നിന്ന് താഴേക്കിടയിലേക്കുള്ള കൂപ്പുകുത്തൽ വേദനയോടെയും സംശയത്തോടെയും അധ്യാപകർ വീക്ഷിക്കുന്നുണ്ടായിരുന്നു.

എൻറെ ജീവനെ പോലെ സ്നേഹിക്കുന്ന കീർത്തിയെപോലും പലപ്പോഴായി അവഗണിച്ചെന്നും പിന്നീടാണ് മനസ്സിലായത്, വളരെ വൈകി.

എൻറെ നില മോശമാണെന്ന് അധ്യാപകർ വഴി പിങ്കിയറിഞ്ഞു. അന്ന് വൈകുന്നേരം വീട്ടിലേക്കുള്ള മടക്കത്തിനിടയിൽ അവളത് സൂചിപ്പിച്ചു. എൻറെ വിഷമം ഇത്രയും മാരമാണെന്ന് ഞാനപ്പോഴാണ് തിരിച്ചറിഞ്ഞത്.
"ചേട്ടൻറെ പ്രശ്നം എന്താണ് എന്തെങ്കിലും കാര്യമായി"
"ഒന്നുമില്ല പെണ്ണെ....നിനക്ക് തോന്നുന്നതാണ്"
"അങ്ങനെയാണെങ്കിൽ ടീച്ചർമാരും മാഷന്മാരും പറഞ്ഞതോ"
ഞാനൊന്നു പരുങ്ങി പോയി,
"ഇനി കീർത്തിയുമായി വല്ലതും"
"ഇല്ല പിങ്കീ"
"ഉള്ളത് പറ, ഇല്ലെങ്കിൽ എല്ലാം അമ്മയോട് പറയും"
"ശരി ഞാൻ പറയാം, പക്ഷേ നീ ആരോടും പറയരുത്,അമ്മയറിഞ്ഞാൽ വിഷമാവും, അമ്മയെ വിഷമിപ്പിച്ചാൽ ദൈവം പോലും പൊറുക്കില്ല". "ഉം എന്നാ പറ" "പിങ്കീ....നിനക്കറിയില്ലേ, ഞാൻ എൻറെ ജീവിതത്തിലെ നല്ലൊരു ഭാഗവും നിങ്ങളുടെ കൂടെയാണ് കഴിച്ചത്, പക്ഷേ ഞാൻ ജനിച്ചത് ഇവിടെയല്ല, ഞാൻ പിച്ചവെച്ച് തുടങ്ങിയത് ഇവിടുത്ത്കാരുടെ കൈ പിടിച്ചല്ല".
"നീ എന്താ പെട്ടെന്ന് ഇങ്ങനെയൊക്കെ സംസാരിക്കുന്നത്,ഇതെ ങാനും അമ്മയും അച്ഛനും കേട്ടാലുണ്ടല്ലോ"
"അതാണ് ഞാൻ ആരോടും പറയരുതെന്ന് പറഞ്ഞത്. എൻറെ ചിന്തയെല്ലാം തെറ്റാണെന്നെനിക്കറിയാം, ഞാൻ നിങ്ങളെ ആരെയും വിട്ട് പോണം എന്ന് ഒരിക്കലും ചിന്തിച്ചിട്ടുമില്ല, എങ്കിലും എന്തോ പെട്ടെന്ന് ഞാൻ ജനിച്ചുവളർന്ന നാടൊക്കെ

ഒന്ന് കാണണമെന്നൊരു മോഹം "
"ആ നാടൊക്കെയൊന്ന് കണ്ടുകഴിഞ്ഞാൽ നിൻറെ വിഷമം തീരുമോ"
"തീർന്നേക്കാം"
"എന്നാൽ നീയൊന്നു പോയി വാ"
"പക്ഷേ എങ്ങനെ? അമ്മയോട് എന്തു പറഞ്ഞിട്ട് പോകും"
"അതിപ്പോ....നീയൊരു കാര്യം ചെയ്യ്, നാളെ ശനിയാഴ്ചയാണ് ക്ലാസ്സില്ല നിനക്ക് സ്പെഷ്യൽ ഉണ്ട് എന്ന് പറഞ്ഞിട്ട് വീട്ടിൽ നിന്നും ഇറങ്ങ്,പിന്നെയെല്ലാം നിൻറെ കയ്യിൽ"

"എൻറെ കയ്യിൽ അവിടേക്ക് പോവാൻ മാത്രമുള്ള പണമില്ല"
"അതെല്ലാം ഞാൻ ശരിയാക്കിത്തരാം,ഇനി ഒന്നും പറയണ്ട.... ഇതും വെച്ചോണ്ടിരുന്നാൽ നിൻറെ പെണ്ണ് പോലും നിന്നെ യൊഴിവാക്കി പോകും"
പിറ്റേന്ന് രാവിലെ ഞാൻ എഴുന്നേൽക്കുന്നതിന് മുൻപേ അവൾ എഴുന്നേറ്റ് എനിക്ക് പോവാനുള്ളതെല്ലാം ഒരുക്കിയിരുന്നു.അമ്മയോട് ക്ലാസിൻറെ കാര്യം സൂചിപ്പിച്ചു. നാസ്ത കഴിച്ചു ഇറങ്ങാൻ നേരത്ത് അവൾ കുറച്ചുപണം എൻറെ കയ്യിൽ തന്നു,ഒപ്പം ഇതും കൂട്ടിച്ചേർത്തു.
"ഞാൻ എൻറെ പല ആഗ്രഹങ്ങൾക്കും വേണ്ടി സൂക്ഷിച്ചു വച്ചതാണിത്, എൻറെ ചേട്ടൻ വിഷമിക്കുമ്പോൾ എനിക്ക് ചേട്ടനെക്കാളും വലുതല്ല എൻറെ ആഗ്രഹങ്ങൾ, പോയി സങ്കടങ്ങളെല്ലാം തീർത്തിട്ട് വാ... "

കവലയിലെത്തി, ആനവണ്ടിയായിരുന്നു ലക്ഷ്യം, ഒടുവിൽ കാത്തിരിപ്പിന് വിരാമമിട്ടുകൊണ്ട് ആനവണ്ടി ചീറിവന്നെൻറെ മുന്നിൽ കുലുങ്ങി കുലുങ്ങി നിന്നു. വഴിയോരക്കാഴ്കളിൽ ലയിച്ച് അറിയാതെ മയങ്ങിപ്പോയി. ഒരുപാട് വർഷങ്ങൾക്കു പിറകിൽ എന്നെയുപേക്ഷിച്ച, ഞാനുപേക്ഷിച്ച ഞാൻ

പിച്ചവച്ച എൻറെ മണ്ണ്,
എൻറെ ജന്മനാട്ടിലേക്ക്.......
ഉറങ്ങിക്കൊണ്ടിരുന്ന എന്നെ കണ്ടെക്ടർ തട്ടിവിളിച്ചു.
"ഇറങ്ങുന്നില്ലേ സ്ഥലം എത്തി" ചാടിയെഴുന്നേറ്റു ബസ്സിറങ്ങി. ഉറക്കച്ചടവ് മാറാൻ കുറച്ചുനേരം ഇറങ്ങിയിടത്തുതന്നെ നിന്നു. അവിടെനിന്നും ഒരു ഓട്ടോ പിടിച്ച് ഞങ്ങളുടെ കൊച്ചു ഗ്രാമം ലക്ഷ്യമാക്കി പോയി...........
നിരനിരയായി നിൽക്കുന്ന വീടുകൾക്കും കടകൾക്കും മുമ്പിലായി ഓട്ടോക്കാരൻ ബ്രേക്ക് ചവിട്ടി. പണംകൊടുത്ത് പുറത്തേക്കിറങ്ങുമ്പോൾ അയാൾ ചോദിച്ചു "എവിടുന്നാ ഇവിടെയൊന്നും കണ്ടിട്ടില്ലല്ലോ"
"കുറച്ചു ദൂരെ നിന്നാ, ഏകദേശം പത്ത് വർഷങ്ങൾക്കു മുൻപ് ഇവിടെ ഉണ്ടായിരുന്നു"
"അത്രയും മുൻപാണോ ഇപ്പോൾ ഇവിടെയെല്ലാം മാറി മോനെ, ഒന്നും പഴയതുപോലെയല്ല കാലം പോയി അതോടെ നാടിൻറെ താളവും പോയി". അയാൾ പോയി കഴിഞ്ഞ് ഞാൻ ചുറ്റുപാടും നോക്കി.ഒന്നും മനസ്സിലാക്കാൻ കഴിയുന്നില്ല.
കുറച്ചു മുന്നോട്ടു നടന്നു.ഒരു കടയിൽ കയറി വെള്ളം കുടിച്ചു. രണ്ടു മണിക്കൂർ നേരത്തെ യാത്ര വല്ലാതെ തളർത്തിയിരുന്നു. അവിടെ നിന്നിറങ്ങുമ്പോൾ അത്യാവശ്യം പ്രായമായ ഒരാളോട് ചോദിച്ചു "ഇവിടെ ഏകദേശം പത്ത് വർഷങ്ങൾക്ക് മുൻപ് വെള്ളപ്പൊക്കവും ഒരുപാട് നാശനഷ്ടങ്ങൾ ഒക്കെ ഉണ്ടായിരുന്നില്ലേ? അന്ന് ആ വെള്ളപ്പൊക്കത്തിൽ മരണപ്പെട്ട, ഒരുപാട് ദൂരെ നിന്നു കുടിയേറി വന്ന ഒരു രാജുവിനെ വീട് എവിടെയാണെന്ന് അറിയോ"
"രാജുവോ? ആ... അവരൊക്കെ പിന്നീട് എന്തായെന്നാറിഞ്ഞു"
"അല്ല അവരുടെ കുടുംബം താമസിച്ചിരുന്ന സ്ഥലം? "
"അവിടെയൊക്കെ വേറെ ആളുകൾ വന്നു കൂടിയിട്ടുണ്ട്. പിന്നെ അവൻറെ കുടുംബം എന്നു പറയാൻ മാത്രം

ആകെയുണ്ടായിരുന്നത് ഒരു ഭാര്യയും ഒരു മോനും, ഭാര്യ വെള്ളപ്പൊക്കത്തിൽ തന്നെ മരിച്ചു, അവരുടെ മകനെ അന്നേതോ ചൈൽഡ് ഹോമിലേക്കോ മറ്റോ ആരൊക്കെയോ കൊണ്ടുപോയെന്നും കേട്ടു, ഇനി അവർ താമസിച്ചിരുന്ന സ്ഥലമാണെങ്കിൽ ഇവിടുന്ന് ഒരു അരയിൽ മുന്നോട്ടുപോയാൽ ഒരു ഫാം ഒക്കെ കാണാം അവിടെയാണ്"
അവർ പറഞ്ഞതനുസരിച്ച് ഞാൻ അവിടെ പോയി നോക്കി. എല്ലാം പുതിയത്, എൻറെ വീടും പഴയ നാടും എല്ലാം കാലങ്ങൾക്കൊപ്പം അപ്രത്യക്ഷമായിരിക്കുന്നു.

വിഷമം വല്ലാതെ അലട്ടിയെങ്കിലും കാലങ്ങൾക്ക് ശേഷം ഇവിടെയെത്താൻ സാധിച്ചതിൽ ഞാൻ സന്തോഷവാനായിരുന്നു.

എൻറെയാരെയും എനിക്കിനി തിരിച്ചു കിട്ടിയില്ലെങ്കിലും അവരുടെ സ്മരണകളുറങ്ങുന്ന ഈ മണ്ണിൽ ഉണർവോടെ ഞാനൊന്നു നിശ്വസിച്ചു,നെടുവീർപ്പിട്ടു.മടക്കയാത്രയിൽ അത്യധികമായി സംതൃപ്തനായിരുന്നു ഞാൻ.എനിക്ക് ചുറ്റും ഒരുപാടാളുകളെ ഞാൻ കണ്ടു,ഒരുപാട് പുഞ്ചിരിതൂകുന്ന മുഖങ്ങളെ. എൻറെ ഹൃദയത്തിലെ കറുത്ത പാട നനുത്ത കാറ്റിൽ അലിഞ്ഞില്ലാതായി.വീട്ടിലേക്ക് കയറിച്ചെല്ലുമ്പോൾ അങ്ങേയറ്റം ആത്മാനുഭൂതിയിലായിരുന്നു.

7

അദ്ധ്യായം 7

ഏറെ വൈകുന്നതിനു മുന്നേ തന്നെ വീട്ടിലെത്തി. കാലുകഴുകി അകത്തേക്കു കയറാൻ ഭാവിച്ചയെന്നെ തടഞ്ഞ്കൊണ്ട് പിങ്കി
ഊരക്ക് താങ്ങ് കൊടുത്തു വാതിൽക്കൽ നിൽക്കുന്നു.
“ഇവിടുന്ന് രാവിലെ പോയ മനുവല്ല തിരിച്ചു വന്നിരിക്കുന്നത് എങ്കിൽ മാത്രം അകത്തു കയറാം“ ഒന്ന് ചിരിച്ചു കൊണ്ട് മാറിനിൽക്കെടിയെന്നും പറഞ്ഞ് അവളെ തള്ളിമാറ്റി അകത്തു കയറി. എൻ്റെ പെരുമാറ്റത്തിൽ വന്ന മാറ്റം കണ്ട് പ്രശ്നമെല്ലാം തീർന്നെന്ന് മനസ്സിലാക്കി അവൾ നെടുവീർപ്പിട്ടു.
കുളികഴിഞ്ഞെത്തിയപ്പോൾ അമ്മ ചായ റെഡിയാക്കി വെച്ചിരുന്നു. ചായകുടിച്ച് അമ്മയോട് കുശലംപറഞ്ഞിരുന്നു. ഇടക്ക് അച്ഛൻ്റെ ഫോൺ വന്നു. അമ്മ ഫോണിൽ മുഴുകിയിരിക്കെ പിങ്കി മുറ്റത്ത് നിന്നും കൈകാണിച്ച് എന്നെ വിളിച്ചു. അടുത്തെത്തിയപ്പോൾ നാലായി മടക്കിയ ഒരു കടലാസുതുണ്ട് എനിക്ക് തന്നു. “ഇന്ന് റേഷൻ കടയിൽ പോകുംവഴി നിൻ്റെ കീർത്തി കണ്ടിരുന്നു അവൾ തന്നതാണിത്“, അവളുടെ പേര് കേട്ടപ്പോൾ ഞാൻ ഒന്നു കുലുങ്ങി, ചെറിയൊരു ഭയപ്പാടോടെ കടലാസ് തുറന്നു

വായിച്ചു. ഇതായിരുന്നു ചുരക്കം: 'എവിടെ വെച്ച് കണ്ടാലും എത്ര തിരക്കാണെങ്കിലും എന്നോടൊന്ന് ചിരിക്കുകയെങ്കിലും ചെയ്തിരുന്നു.പക്ഷെ ഈയിടയായി നീയെന്നെ അവഗണിക്കുന്നു, നിന്നിൽ വന്ന മാറ്റത്തിന് കാരണം ഞാൻ ആണോ?എത്ര ചിന്തിച്ചിട്ടും എനിക്ക് മനസ്സിലാവുന്നില്ല, എന്നെ മടുത്തുവോ നിനക്ക്?'

ഈ പ്രണയലേഖനം കിട്ടുന്നതുവരെ ഞാനവളെ ഓർക്കുക പോലും ചെയ്തിട്ടില്ലായിരുന്നു. ചെയ്തത് വളരെ മൂഢമായിപ്പോയെന്ന് എനിക്ക് തോന്നി.അടുത്ത ദിവസം ഞായറാഴ്ച ആയതുകൊണ്ട് സ്കൂളിലായിരുന്നു. അവളെ കണ്ടു സംസാരിക്കാൻ അവസരം കാത്ത് എൻറെയുള്ളം നീറി.അന്ന് വൈകുന്നേരം,വീട്ടിലിരുന്ന് അസഹനീയമായ പിരിമുറുക്കം അനുഭവ പെട്ടപ്പോൾ പുറത്തേക്ക് ഇറങ്ങാമെന്ന് കരുതി തോട്ടിൻകരയിൽ പോയി. അവിടെ നിന്നും നോക്കിയാൽ കുറച്ചകലെയായി അവളുടെ വീട് കാണാമായിരുന്നു. അവളുടെ വീടെങ്കിലും കാണാമെന്ന പ്രതീക്ഷയിൽ പോയ എന്നെ തോട്ടിൻകരയിൽ കാത്തിരുന്നത് അവളുതന്നെയായിരുന്നു. യാദൃച്ഛരികമായ കാഴ്ചയിൽ ഒന്ന് വിറച്ചെങ്കിലും കാര്യങ്ങൾ അവതരിപ്പിക്കാൻ ഒരു ദിവസം നേരത്തെ കഴിഞ്ഞല്ലോ എന്നാശ്വസിച്ചു. എന്നെ കണ്ട ഉടനെ അവൾ മുഖം തിരിച്ചു കളഞ്ഞു. "കീർത്തി ഞാൻ അങ്ങനെയൊന്നും കരുതിട്ടില്ല" അവൾ ഒന്നും പറഞ്ഞില്ല. എൻറെ പ്രശ്നം പറയുന്നത് വരെ അവളങ്ങനെ തന്നെ നിന്നു. എല്ലാ കാര്യങ്ങളും ഒറ്റശ്വാസത്തിൽ ഞാൻ പറഞ്ഞു തീർത്തു. കാര്യം ബോധ്യമായപ്പോൾ അവളുടെ മുഖം പ്രസന്നമായി. പ്രസന്നത അവളിൽ മാറ്റ് കൂട്ടി. "ഞാൻ നീ വരുമെന്ന് പ്രതീക്ഷിച്ച് ഒരു മണിക്കൂരിലധികമായി ഈ വെള്ളത്തിൻറെ ഒഴുക്ക് നോക്കിയിരിക്കുകയായിരുന്നു, എന്നിട്ടിപ്പോഴാ വരുന്നത്, "ഹും.... " "സോറി, അത് വിട് ആരെങ്കിലും

കാണുന്നതിന് മുന്നെ പോവാൻ നോക്ക്" തലകുലുക്കി പുഞ്ചിരിതൂകി പോകാൻ തിരിഞ്ഞ അവളുടെ കൈപിടിച്ച് ഒരു മുത്തം കൊടുത്തു. അന്തർമുഖിയായി നാണിച്ചുകൊണ്ടവൾ വീട്ടിലേക്കോടി.

പുതിയ ചിന്തകളും അനുഭവങ്ങളും വന്നുകൊണ്ടിരുന്നു. ആരും ആരെയും കാത്തുനിന്നില്ല, വയസ്സ് തികയാത്ത ഒരു വർഷവും ആരെയും കടന്നുപോയില്ല. തിരിഞ്ഞുനോക്കിയാൽ ഒന്നിനുപിറകെ ഒന്നായി ഒരുപാട് ഓർമ്മകൾ, നവ്യതകൾ പലതും കടന്നു വരുമ്പോൾ പഴമകൾ അപ്രത്യക്ഷമാവുന്നു. അച്ഛരൻ ഇടയ്ക്കിടെ വന്നുകൊണ്ടിരുന്നു.ശേഷമതൊരു പതിവായി, പുതുമ നഷ്ടപ്പെട്ടു. എന്റെ വിദ്യാലയ ജീവിതം ഏകദേശം പൂർണമായി, പ്ലസ് ടു കഴിഞ്ഞു. തുടർപഠനം വേണ്ടെന്നുവച്ചു. അച്ഛരൻ വിയോജിപ്പും പ്രകടിപ്പിച്ചില്ല. വിദേശത്ത് ജോലി ശരിപ്പെടുത്താമെന്നേറ്റു.അതുവരെയും കാത്തിരിക്കാൻ തയ്യാറായിരുന്നെങ്കിലും ഒരുപാട് കാലം വെറുതെയിരിക്കൽ പ്രയാസമാണെന്ന് തോന്നി. ജോലി ശരിയാവുന്നത് വരെ ഇവിടെ ചെറുതെന്തെങ്കിലും ചെയ്യാമെന്ന ആശയം എന്നിലുതിച്ചു.അച്ഛരനോട് സമ്മതം വാങ്ങി, ഒടുവിൽ അച്ഛരന്റെ ഒരു സുഹൃത്തിനെ ക്വാറിയിൽ ജോലിക്കാരെ സഹായിക്കുന്ന ഒരു വേല ശരിയായി. ദിവസം 1000 രൂപ തരാമെന്നും അവരേറ്റു.വളരെ ആയാസമേറിയതായിരുന്നു ജോലിയെങ്കിലും ക്ഷമയോടെ ഞാനെന്റെ ദൗത്യങ്ങൾ ചെയ്തുവീട്ടി. ഈയിടക്കാണ് പിങ്കി സ്കൂളിൽ നിന്നും ഒരു വിനോദയാത്ര പോവാൻ സമ്മതം ചോദിച്ചത്. അച്ഛരനവളെ എതിർത്തു. പണമൊരുപാട് ആമെവുന്ന് പറഞ്ഞു.ഒരുവേള എന്റെ വിഷമഘട്ടത്തിൽ എന്നെ സഹായിച്ച, സന്തോഷിപ്പിച്ച വ്യക്തിയിന്ന്

വിഷമിക്കുന്നത് താങ്ങാൻസാധിച്ചില്ല. അച്ഛനോട് സംസാരിച്ച് പണവും ഞാൻ നൽകി കൊള്ളാമെന്ന് പറഞ്ഞ് സമ്മതിപ്പിച്ചു. എൻറെ മൂന്നു ദിവസത്തെ ശമ്പളം അവൾക്ക് നൽകി സന്തോഷത്തോടെ യാത്രയായി.

അവൾ പോയിട്ട് രണ്ടു ദിവസമായി. ഇന്ന് വരുമെന്നാണ് പ്രതീക്ഷ. അവളില്ലാതെ വീട്ടിൽ ആദ്യമായിട്ടാണ്.എന്തോ ആരോരുമില്ലാതെ ഒറ്റപ്പെട്ടതുപോലെ.

8

അദ്ധ്യായം 8

"മോനെ മനൂ......"

"നീ ഇതുവരെ കുളിക്കാതെ ഇവിടെ സ്വപ്നം കൊണ്ടോണ്ടിരിപ്പാണോ? " "ഇല്ലമ്മേ, ഞാൻ പഴയ കാര്യങ്ങളൊക്കെയൊന്ന് ആലോചിച്ചതാ"
"ഉം...വല്ലാതെ ആലോചിച്ചു കൂട്ടേണ്ട ശരീരത്തിന് ഹാനികരമാണ്"
"ആ പിങ്കി കുറച്ചുകഴിഞ്ഞിങ്ങെത്തും, അവള് വിളിച്ചിരുന്നു"
"ഞാൻ കുറച്ചു കഴിഞ്ഞിട്ട് കുളിച്ചോളാം, ഞാനൊന്നു മയങ്ങട്ടെ...അവൾ വന്നാ വിളിക്കണേ"
പതിയെ നിദ്രയുടെ ലാളനയിൽ ലയിച്ച് ഞാൻ കിടന്നു. ചീവീടിൻറെ ചെകിടടപ്പിക്കുന്ന ശബ്ദമല്ലാതെ മറ്റൊന്നും കേൾക്കുന്നില്ല.പെട്ടെന്ന് ശരീരം കുലുക്കുന്ന ഒരു പൊട്ടിത്തെറിയുടെ ശബ്ദം കേട്ടു.കൂടെയൊരു നിലവിളിയും, കസേരയിൽ നിന്നും എഴുന്നേറ്റ എൻറെ മുമ്പിൽ തീജ്വാല മാത്രം കണ്ടു, നിലയ്ക്കാത്ത നിലവിളി ,അത് എൻറെ അമ്മയാണെന്ന് തോന്നി "അമ്മേ....."
ഇതെങ്ങനെ സംഭവിച്ചു എന്നറിയാതെ ഞാൻ സ്തംഭിച്ചു. ആളുകൾ ഓടിക്കൂടി.അഗ്നിസുരക്ഷാസേനയെത്തി. കറുത്ത

മൂടുപടം പുതച്ച പോലെ അഗ്നിക്കിരയായി കിടന്ന അമ്മയെ കണ്ടു ഞാൻ നിലവിളിച്ചു കരഞ്ഞു.
“ഹാ...അച്ഛനോട് ഞാനിനി എന്തു പറയും“ ഇല്ലായ്മയിൽ എൻറെ കൈപിടിച്ചുയർത്തിയ എൻറെ കണ്ണീരൊപ്പിയ മാലാഖ..... ഇങ്ങനെയെന്നൊരു ചോദ്യം എൻറെ മുൻപിൽ വലിയ മറയായി നിന്നു. ആരൊക്കെയോ ചേർന്ന് അമ്മയുടെ ശരീരം താങ്ങിയെടുത്ത് പൂമുഖത്ത് വെച്ചു. ഒരു മൂലയിൽ കാൽമുട്ടുകൾ കൂട്ടുപിടിച്ച് ഞാനാർത്തു. “ഇതെൻറെ അമ്മയല്ല..“

ഈ ദുരന്തത്തിന് സാക്ഷിയാവാൻ ഒരാളും കൂടി അങ്ങോട്ട് കയറി വന്നു. ആൾക്കൂട്ടം കണ്ടു ഭയന്ന് അവർക്കിടയിലൂടെ തിക്കിതിരക്കി എൻറെ മുമ്പിൽ നിന്നു,എന്നെയും നിശ്ചലമായ അമ്മയെയും അവിശ്വാസത്തോടെ നോക്കിനിന്നു. കയ്യിൽ നിന്നും ബാഗ് താഴേക്ക് ഊർന്നുവീണു. അവളെൻറെ മുൻപിലോട്ട് തളർന്നിരുന്നു.
“ചേട്ടാ...ആരാണിത്,അമ്മയാണെന്ന് പറയല്ലേ ചേട്ടാ“ അവൾ നിലവിളിച്ചു... സമനില തെറ്റി എന്തൊക്കെയോ വിളിച്ചു പറഞ്ഞുകൊണ്ടിരിന്നു. ബോധമില്ലാതെ എൻറെ നേർക്ക് ചീറി.
“സത്യം പറ, എന്താണുണ്ടായത്, നീയല്ലേ എൻറെ അമ്മയെ കൊന്നത് സത്യം പറ“
“പിങ്കി നീ എന്താണീ പറയുന്നത്, നീ ബോധമില്ലാതെ എന്തൊക്കെയോ വിളിച്ചു പറയുന്നു, ഇതെൻറെയും അമ്മയാണ്. ഞാൻ എങ്ങനെയാണിത് ചെയ്യുക“.എൻറെ ശബ്ദമിടറി പോയി.

ചുറ്റുംകൂടിനിന്നവരുടെ മട്ടുമാറി. എന്നെ കുറ്റക്കാരൻ ആക്കി. വിവരം പോലീസ് സ്റ്റേഷനിൽ എത്തി. വൈകാതെ പോലീസെത്തി. എന്നെ തൂക്കിയെടുത്ത് ജീപ്പിന് പുറകിലിട്ടു. ഒന്നോർത്തു കരയാൻ പോലും സമ്മതിക്കാതെ.......

നിസ്സഹായനായി പോലീസ് സ്റ്റേഷനിലെ ഇരുമ്പഴിക്കുള്ളിൽ തനിച്ചായി.ഒരു മൂലയിൽ തളർന്നിരുന്നു.എന്നിൽ ഉറക്കം പിടികൂടിയ നിമിഷത്തെ ഞാൻ ശപിച്ചു. "ദൈവമേ ഞാനെന്ത് തെറ്റാണ് ചെയ്തത്" പൂട്ടു തുറക്കുന്നു ചാവിക്കൂട്ടത്തിൻറെ കിലുക്കം എന്നെ ബോധത്തിലേക്ക് കൊണ്ടുവന്നു. ഒരു പോലീസുകാരനകത്തേക്ക് കയറി വന്നു. പുറത്തുനിന്നും ഒരു കസേര കൊണ്ടുവരാൻ കൽപിച്ചു. അദ്ദേഹം എനിക്ക് വെള്ളം തന്നു.ഞാൻ മുഖം തിരിച്ചു കളഞ്ഞു. "അവരൊക്കെ നിന്നെയാണ് കുറ്റക്കാരനാക്കിരിക്കുന്നത്.നീ വൈകുന്നേരം വീട്ടിൽ വരുമ്പോൾ നിൻറെ കയ്യിൽ ആരൊക്കെയോ ഒരു സഞ്ചി കണ്ടെന്നും, ദ്വീപം കത്തിക്കുന്നതിനിടയിൽ ആ സഞ്ചിയിൽ നിന്നും തീപിടിച്ചാണ് നിൻറെ അമ്മയുടെ ദാരുണാന്ത്യം എന്നും പറയുന്നു.
ഇൻവസ്റ്റിഗേഷൻ ഓഫീസർ പറഞ്ഞ പ്രകാരം ആ സഞ്ചിയിൽ ഉണ്ടായിരുന്നത് കരിമരുന്നാണ്".

പോലീസ് സ്റ്റേഷനെൻറെ തലയിൽ ഇടിഞ്ഞ് വീഴുമെന്ന്എനിക്ക് തോന്നി.എൻറെ കയ്യിലുണ്ടായിരുന്ന സഞ്ചിക്കകത്ത്
എങ്ങനെയാണ് വെടിമരുന്ന് വന്നതെന്ന് എനിക്ക് ഒരു എത്തും പിടിയും കിട്ടുന്നില്ല. ഒരുപാട് നേരം ആലോചിച്ചിരുന്നു, പെട്ടെന്ന് ഞാൻ ഓർത്തെടുത്തു,
"സർ,ഞാൻ സഞ്ചിയുമായിട്ടാണ് വീട്ടിൽ വന്നത് എന്നത് സത്യം,പക്ഷേ അതിനകത്ത് എൻറെ

വസ്ത്രങ്ങൾ അല്ലാതെ മറ്റൊന്നും എൻറെ അറിവില് ഉണ്ടായിരുന്നില്ല, ക്വാറിയിൽ നിന്നും എൻറെ വസ്ത്രങ്ങളുടെ സഞ്ചിയാണെന്ന് കരുതി എടുത്തത് മാറിപ്പോയെന്ന് സംശയിക്കുന്നു, സാർ" അദ്ദേഹം ഒന്നും പറയാതെ

പുറത്തേക്ക് പോയി.വിജനത നിറഞ്ഞ ജയിലറക്കുള്ളിലെ അന്ധകാരത്തിൽ പിശാചുക്കളുടെ കറുത്ത കരങ്ങളിൽ കിടന്നു ഞെരുങ്ങി. കാലത്ത് പത്ത് മണിക്കാണ് പോലീസുകാരൻ തിരികെ വന്നത്.അയാൾ കൂടെ ഭക്ഷണം കൊണ്ടുവന്നിരുന്നു.എന്നോട് കഴിക്കാൻ പറഞ്ഞു. വിസമ്മതിപ്പോൾ അയാൾ ഭീഷണി മുഴക്കി. മനസ്സനുവദിച്ചില്ലെങ്കിലും നിർബന്ധത്തിന് വഴങ്ങി അല്പം കഴിച്ചു നോക്കി,തൊണ്ടയിൽ നിന്നും ഇറങ്ങുന്നില്ല.

ഉള്ളിലാകെ വേദന അനുഭവപ്പെട്ടു. അതിനിടയിൽ ഏമാൻ പറഞ്ഞു "നീ പറഞ്ഞതനുസരിച്ച് ഞങ്ങൾ ക്യാറിൽ അന്വേഷിച്ചു, ഇന്നലെ വൈകുന്നേരം അവിടെയുള്ളവർക്ക് നിൻറെ വസ്ത്രങ്ങളുടെ സഞ്ചി കിട്ടിയിരുന്നു. പക്ഷേ ഏതോ അന്യസംസ്ഥാന തൊഴിലാളികൾ അതെടുത്ത്കളഞ്ഞു. നിനക്ക് പറ്റിയൊരബദ്ധം, പക്ഷേ...നിൻറെ വീട്ടിൽ നിന്നും പരാതി വന്നിട്ടുണ്ട്,നിൻറെ

അച്ഛൻ.... " ആ വാക്കെന്നെ വീണ്ടും തളർത്തി. അദ്ദേഹം തുടർന്നു "തെളിവുകളില്ലാതെ എന്ത് ചെയ്യാൻ, അല്ലെങ്കിൽ പിന്നെ ഒരുപാട് ക്യാഷ് വേണം, അത് തരാൻ നിനക്ക് ആരുമില്ല, നിൻറെ വിധിയെന്ന് കരുതിക്കോ, " "സാർ ദയവായി എന്തെങ്കിലും ചെയ്യണം....

എൻറെ അമ്മയെ ഞാൻ ഒന്നും ചെയ്തിട്ടില്ല എന്നെ രക്ഷിക്കണം സാറേ" ഞാനയാളുടെ കാലിൽ വീണു കെഞ്ചി. എന്നെ തട്ടിമാറ്റി 'നിന്നെയൊന്നും ഒന്നിനും കൊള്ളില്ലെടാ ആർക്കും ഉപകാരമില്ലാതെ നീ എന്തിന് ജീവിക്കുന്നു' എന്നു പുലമ്പിക്കൊണ്ടയാൾ പോയി.

ഉച്ചയായപ്പോഴേക്കും അച്ഛൻ അവിടെ എത്തി.അച്ചൻറെ ശബ്ദം കേട്ട് ഇരുമ്പഴിക്കിടയിലൂടെ കൈനീട്ടി ഞാനച്ഛരനെ

വിളിച്ചു, "അച്ഛരാ......." അച്ഛരനെന്നെ മനസ്സിലാക്കുമെന്ന് ഞാൻ പ്രതീക്ഷിച്ചിരുന്നു. പക്ഷേ അച്ഛരൻറെ ക്രോധാഗ്നി നിറഞ്ഞ നോട്ടത്തിൽ തന്നെ എല്ലാം അസ്ഥാനത്തായതു പോലെ തോന്നി. ഇരയെ കാൽകീഴിൽ കിട്ടിയ കാട്ടുമൃഗത്തെ പോലെ എന്നെ കടിച്ചുകീറാൻ രോഷമുണ്ടായിരുന്നു ആമുഖത്ത്. "നിന്നെ പോലുള്ള തെണ്ടി പിള്ളേര് ഇനി ഈ ഭൂമിയിൽ ഉണ്ടാകരുത്, അവർക്കുള്ള താക്കീതാണ് നീ, ജീവിതത്തിലേക്ക് കൈപിടിച്ചുയർത്തിയ കൈകളിൽ തന്നെ നിനക്ക് വെട്ടണമല്ലേ.

ഒരുപാട് കാലം സ്നേഹിച്ചും അന്നം തന്നും ഊട്ടിയ കൈകളെ

ചതിക്കാൻ തക്കം പാർത്തിരിക്കുകയായിരുന്നല്ലേ നീ, നീയിനീലോഗം തന്നെ കാണില്ല"

കർണപുടങ്ങളെ വിശ്വസിക്കാനാവാതെ സ്തംഭിച്ചുപോയി. മറുത്തൊന്നും പറയാനായില്ല. അച്ഛരനെ പോലീസുകാർ പിടിച്ചു പുറത്തേക്ക് തള്ളി. അല്പംകൂടി കാത്തുനിന്നിരുന്നെങ്കിൽ അച്ഛരനെന്നെ കടിച്ചു കീറുമായിരുന്നു..........

9
അദ്ധ്യായം 9

അടുത്ത ദിവസം പുലർച്ചെ കുറച്ചു പോലീസുകാർ ചേർന്നെന്നെ ഒരു മുറിയിലേക്ക് കൊണ്ടുപോയി. വിശദമായി ചോദ്യം ചെയ്യലായിരുന്നു ഉദ്ദേശം.മുമ്പ് പറഞ്ഞതിലധികമായി എനിക്കൊന്നും പറയാനുണ്ടായിരുന്നില്ല.തുടർന്നുള്ള സംസാരത്തിൽ നിന്നും എൻറെ മേൽ കുറ്റാരോപണം ശക്തിപ്പെടാനുള്ള കാരണം ബോധ്യമായി.

ഏകദേശം ഒരാഴ്ച മുമ്പാണ് അച്ഛരൻ വീട്ടിലേക്കൊരു വാഹനം മേടിക്കാനുള്ള ആവശ്യമുന്നയിച്ചത്.അതിനായി അമ്മയുടെ അക്കൗണ്ടിലേക്ക് അഞ്ചു ലക്ഷം രൂപയാണ് അയച്ചിരുന്നത്.

അധിക പണം ആവശ്യമായാൽ അമ്മയുടെ കൈവശമുള്ള ആഭരണങ്ങൾ പണയം വയ്ക്കാനായിരുന്നു കരുതിയിരുന്നത്. ഈ പണവും സ്വർണവും സ്വന്തമാക്കി കടന്നുകളയാനായിരുന്നു എൻറെ ഉദ്ദേശം എന്നും അതിനുള്ള മുൻകരുതലായിട്ടാണ് വെടിമരുന്നമായി ഞാൻ വീട്ടിൽ എത്തിയിരുന്നത് എന്നുമാണ് അവരുടെ വാദം.

മുതല് സ്വന്തമാക്കിയ ശേഷം കാമുകിയെ കൊണ്ട്

നാടുവിടാൻ പദ്ധതി ഒരുക്കിയിട്ടുണ്ടായിരുന്നു എന്നൊക്കെ അവർ പറഞ്ഞു. കുറ്റംസമ്മതിക്കുന്നത് വരെ മർദിച്ചു, അടിവയറിൽ ചവിട്ടി കലക്കി, എൻറെ രക്തവും മാംസവും പഴച്ചാറുപോലെ കലങ്ങിമറിഞ്ഞു. തിരിച്ചു ജയിലറയിലേക്ക് എന്നെ വലിച്ചിഴച്ചാണ് കൊണ്ടുപോയത്.കരയാൻ പോലും കഴിയാതെ ഞാൻ കുഴഞ്ഞു. അസഹനീയമായ വേദന ഉറക്കത്തെ പോലും എന്നിൽ നിന്ന് ആട്ടിയോടിച്ചു.ഉറക്കത്തിനല്ലാതെ ആ വേദനകളെ

ഇല്ലാതാക്കാൻ കഴിയില്ല. പതിയെ ശരീരം നിശ്ചലമായി.ഒരു ഞരക്കം മാത്രം ബാക്കി. പതിയെ അതും ഇല്ലാതായി. ഞാൻ ഉറക്കത്തിൻറെ കയത്തിലേക്ക് മലർന്നു വീണു............

മെല്ലെ മെല്ലെ അന്ധകാരം മാഞ്ഞ് സൂര്യപ്രകാശം തെളിഞ്ഞു, അറ്റമില്ലാതെ വിശാലമായി കിടക്കുന്ന മൈതാനം ദൃശ്യമായി,

മൈതാനത്തിന് ചുറ്റും നിരന്നു നിൽക്കുന്ന ജനക്കൂട്ടം ആശ്ചര്യത്തോടെ, എന്നാൽ ആകാംക്ഷ നിറഞ്ഞ കണ്ണുകൾ മൈതാനത്തിനു നടുവിൽ നാട്ടിയ തൂക്കുമരത്തിൽ.......

കൈകൾ പിറകിൽ കെട്ടി ചുറ്റും കാവൽക്കാരുടെ സുരക്ഷയിൽ തൂക്കുമരച്ചുവട്ടിലേക്ക് ഞാൻ ആനയിക്കപ്പെട്ടു. കോലാഹലങ്ങൾക്കിടയിൽ എൻറെ ആഗമനം ജനസഞ്ചയനത്തെ മൂകരാക്കി.

അവസാനമായി എനിക്കൽപ്പം ആദരവ്കിട്ടി. എൻറെ തല മൂടപ്പെട്ടു, കഴുത്തിൽ കയറണിയിച്ചു, പ്രാണൻെറ അന്ത്യനിമിഷങ്ങൾ എണ്ണിതുടങ്ങി, വിദൂരതയിൽ വെടിയൊച്ച ഉയർന്നുകേട്ടു. പ്രഭാത സൂര്യൻ എൻറെയന്ത്യത്തിന് സാക്ഷി ആവുകയായിരുന്നു, ചന്ദ്രനസ്തമിക്കാൻ മടിച്ച് അവിടവിടെയായി തങ്ങിനിന്നു, കാൽപ്പാദങ്ങൾക്കടിയിൽ ഫലകം നിരങ്ങി നീങ്ങി, കുരുക്ക് മുറുകി,

പ്രാണവേദന ഇല്ലാതാക്കിക്കൊണ്ട് ഒരു കള്ളച്ചിരി ചുറ്റും മുഴങ്ങി..........

ഒരു നാരി യുടെ ചിരി, പെട്ടന്നാരോ ഒച്ചവെച്ചു "ഏയ് എന്താണീ കാണിക്കുന്നത്" ആ ശബ്ദം എൻറെ ഉറക്കത്തിന് ഭംഗം വരുത്തി.കണ്ണ് തുറന്നിട്ടും ഒന്നും കാണാനുണ്ടായിരുന്നില്ല.ആ ശബ്ദം ഒരു പോലീസുകാരൻറെയല്ല, ഒരു സ്ത്രീയുടെ,എൻറെ അമ്മ... പക്ഷേ കഴുത്തിൽ എന്തോ ഇറുകി കിടന്നിരുന്നു, അതുമാത്രം യാഥാർഥ്യം, എൻറെ കൈകൾ സ്വതന്ത്രമാക്കപ്പെട്ടിരുന്നു. മുഖം മൂടി കെട്ടിയ തുണി വലിച്ചൂരി, ചുറ്റും ഇരുട്ട്,കണ്ണു പതിയെ തെളിഞ്ഞുവന്നു, വീട്, കഴുത്തിൽ ഇറുകിപ്പിടിച്ച് പിടിച്ചുനിൽക്കുന്ന പിങ്കി.

വിശ്വാസിക്കാനാവാതെ ചിരിച്ചുകൊണ്ടിരിക്കുന്ന സഹോദരിയെ ദയനീയമായി നോക്കി.

"വിടെടി പെണ്ണേ.... അവൻ ജോലി കഴിഞ്ഞ ക്ഷീണത്തിലാണ്"

കണ്ണുകൾ തിരുമ്മി നോക്കി, മായയോ അതോ യാഥാർത്ഥ്യമോയെന്നറിയാൻ ഒന്നു നുള്ളി നോക്കി, തിണ്ണയിൽ കിടക്കുന്ന സഞ്ചി,അതെടുത്ത് തുറന്നുനോക്കി,എൻറെ വസ്ത്രങ്ങൾ തന്നെ.ഒന്നും മനസ്സിലാകാതെ നിന്ന നിൽപ്പിൽ,

ഇളംകാറ്റിൽ പിടിച്ചുനിൽക്കാൻ പ്രയാസപ്പെടുന്ന ചെറു തിരി കത്തിനിൽക്കുന്ന ദീപം ഞാൻ കണ്ടു.

എൻറെ അവസ്ഥ മനസ്സിലാവാതെ തുറിച്ചു നോക്കി നിൽക്കുന്ന അമ്മയെ ഓടിച്ചെന്ന് ശരീരത്തോട് ചേർത്തു പിടിച്ചു, "എന്താടാ? എന്തുപറ്റി? " ആശ്ചര്യത്തോടെ അമ്മ ചോദിച്ചു. "ഒന്നുമില്ലമ്മേ ഞാനൊരു ഭീകര സ്വപ്നം കണ്ടു, അമ്മക്കൊരു കുഴപ്പമില്ലല്ലോ? സമാധാനമായി"

പെട്ടെന്നാണ് അമ്മയുടെ ഫോൺ റിംഗ് ചെയ്തത്. അച്ഛനായിരുന്നു, അമ്മ ഫോൺ എനിക്ക് തന്നു.

“ഇന്നാടാ, അച്ഛനാണ്, നിന്നോടെന്തോ പ്രധാന കാര്യം പറയാനുണ്ടെന്ന്“

ഫോൺ എടുത്ത് ചെവിയോട് ചേർത്തു

“ഹലോ“

“ഹലോ“

“നീയും അങ്ങേക്കരവീട്ടിലെ കീർത്തിയും തമ്മിലെന്താണ് ബന്ധം? “

“കീർത്തിയോ? അവളെൻറെ കൂട്ടുകാരിയാണ്“

“അങ്ങനെയല്ലല്ലോ ഞാൻ കേട്ടത്“

“വേറൊന്നുമില്ലച്ഛാ“

“അവളുടെ അച്ഛൻ എന്നെ വിളിച്ചിരുന്നു, നിങ്ങളെ രണ്ടുപേരെയും പലപ്പോഴായി പലയിടത്തും അസാധാരണമായി കണ്ടതായി പറഞ്ഞു“

“എന്താണച്ഛാ? “

“എന്തെങ്കിലും ഉണ്ടെങ്കിൽ പറ, നീയവളെ സ്നേഹിക്കുന്നോ? “

ഫോണുമായി പുറത്തേക്കിറങ്ങി.

“അത്....ഉണ്ടച്ഛാ“

“ശരിയാക്കിത്തരാം, നീയൊരു കാര്യം ചെയ്യ്, അമ്മയും കേൾക്കുന്ന രൂപത്തിൽ ഫോൺ ലൗഡ് ആക്ക്,

“അച്ഛാ.... “ “പറയുന്നത് ചെയ്യ്, ഹും“ “ശരി“ അമ്മയുടെ അടുത്തു ചെന്നു ഫോൺ ലൗഡ്സ്പീക്കർ ആക്കി. “ആ അച്ഛാ“

ആ നിൻറെമ്മയിം കേൾക്കുന്നുണ്ടല്ലോ? “

“കേൾക്കുന്നുണ്ട്“ അമ്മ മറുപടി പറഞ്ഞു.

അച്ഛന് ശബ്ദത്തിലെ അമർത്തിൻറെ ദ്വനി കേട്ട്

അമ്മയെന്നെ നോക്കി.അച്ഛരൻ തുടർന്നു.

"ഇവൻ അങ്ങേക്കരയിലെ അനിലേട്ടൻറെ ചെറിയ മോളുമായി അടുപ്പത്തിലാണെന്ന് ഞാനറിഞ്ഞു, അയാളെന്നെ വിളിച്ചിരുന്നു" അമ്മയെന്നെ ആശ്ചര്യത്തോടെ നോക്കി. ഫോണിൻറെ ശബ്ദം കേട്ട് പിങ്കി അവിടെയെത്തി. എന്താണ് പ്രശ്നമന്ന് ആഗ്യ ഭാഷയിൽ ചോദിച്ചു. ഞാൻ ഒന്നും പറഞ്ഞില്ല.

"അയാളെന്നെ വിളിച്ച് ദേഷ്യപ്പെട്ടെന്ന് പറഞ്ഞാൽ,ദൈവം എന്നോട് പൊറുക്കില്ല" അച്ഛരൻറെ സംസാരത്തിൻറെ ശൈലി മാറി.

"മറിച്ചവർക്ക് നിങ്ങളെ ബന്ധത്തിൽ താല്പര്യമാണെന്നാണ് പറഞ്ഞത്"

പെരുമ്പറ കൊട്ടിക്കൊണ്ടിരുന്ന ഹൃദയമൊന്നടങ്ങി. മുഖം വിടർന്നു .അമ്മ ആഹ്ലാദത്താൽ ദൈവത്തെ നന്ദിയർപ്പിച്ചു. പിങ്കിയെന്നെ വരിഞ്ഞുമുറുക്കി. അച്ഛരൻ തുടർന്നു,

"സന്തോഷിക്കാൻ വരട്ടെ കഴിഞ്ഞിട്ടില്ല, ഒരു കാര്യം കൂടി, ഇത്രയും കാലം കാത്തിരുന്ന ജോലി ശരിയായിട്ടുണ്ട്, അടുത്ത ആഴ്ച തന്നെ ഇങ്ങോട്ടേക്ക് കയറാം, മോനേ നിൻറെ ജീവിതം തുടങ്ങുന്നതേയുള്ളൂ..... ഈ സമയം നന്നായി സന്തോഷിച്ചോ......ഇനിയുള്ള കാലം ചിലപ്പോൾ അതിനു സാധിച്ചെന്ന് വരില്ല......."

സന്തോഷപ്പെരുമഴയാണ് ഞങ്ങൾക്ക് മേലെ വർഷിച്ചത്. എന്തെന്നില്ലാത്ത ആശ്വാസം തോന്നി. മനസ്സ് തണുത്തു, ശരീരം തണുപ്പിക്കാൻ വീടിന് മുകളിൽ കയറി. പുഞ്ചിരിതൂകി പൂർണ്ണേന്ദുവും സന്തോഷത്തിൽ പങ്കുചേർന്നു. അനന്തമായി പരന്നുകിടക്കുന്ന ആകാശഗംഗയിൽ നോക്കി കൊണ്ടങ്ങനെ മലർന്നുകിടന്നു. അറിയാതെ കണ്ണ് നിറഞ്ഞു പോയി,ചില വേർപാടുകളെയോർത്തിട്ടായിരുന്നു അത്...................

"അഖിലേശ്വരനല്ലയോ സകല സ്തുതിയും"

www.ingramcontent.com/pod-product-compliance
Lightning Source LLC
LaVergne TN
LVHW041715060526
838201LV00043B/740
* 9 7 9 8 8 8 6 2 9 4 8 8 0 *